எண்ணமே வண்ணம்

வெற்றிக்கான யுக்திகள்!

அ. தொட்டராயசுவாமி

ISBN 978-1-63940-710-1

சமர்ப்பணம்

இதயத்தின் ஒலியாய் துடித்துக் கொண்டிருக்கும் பூர்ணிமா மற்றும் சாய் கிருஷ்.

எல்லா வல்ல இறைவன் மற்றும் அவன் தந்த உறவுகளுக்கும்.

பொருளடக்கம்

அணிந்துரை

சில தினங்களுக்கு முன் முகநூலில் நண்பர் தொட்டராயசுவாமி அவர்களிடம் இருந்து இரு உள்டப்பிச்செய்தி வந்தது. "அண்ணா ஒரு புதிய நூல் எழுதியி-ருக்கிறேன். அதற்கு ஓர் அணிந்துரை எழுதித்தரமுடியுமா" என்று. கொஞ்சம் வேறு விசயங்களில் தீவிரமாக எழுதிக்கொண்டிருந்ததால் கொஞ்சம் தயக்-கத்தோடு ஒத்துக்கொண்டேன். அவரும் அன்றே அதன் பி.டி.எப் கோப்பை அனுப்பினார். தலைப்பை பார்த்தேன். சமீபத்திய தமிழக அரசியல் சூழலில் தேர்தல் காலத்தில் அதிகம் பேசப்பட்ட அதே தலைப்பு. ஆச்சர்யமாக இருந்-தது. முழுவதும் படித்தபின்பு எழுதித்தருகிறேன் என்று சொல்லிவிட்டு படிக்-கலானேன்.

ஆரம்ப அத்தியாயங்களிலேயே அசத்தியிருந்தார். உண்மையை சொன்-னால் என்னடா தமிழகத்துக்கு வந்த சோதனை.. மற்றுமொரு சுயமுன்னேற்ற நூலா என்றுதான் படிக்க ஆரம்பித்தேன் என்பதையும் இங்கு குறிப்பிட்டு சொல்லவேண்டும். ஆனால் இவரது புத்தகம் வெறும் எண்ணமே வாழ்க்கை என்கிற வழமையான விசயங்கள் இல்லாமல் என்ன மாதிரியான சூழலில் என்ன மாதிரியான எண்ணங்கள் / சிந்தனையோட்டங்கள் நம் முன்னேற்றத்-திற்கு உதவும் என்கிற விதமாக மிகவும் நுணுக்கமான விசயங்களை அலசி-யிருக்கிறார். இன்னும் சொல்லப்போனால் "நினைத்தால் நடக்கும்" என்கிற பொதுவான விசயத்தை பலரும் தமிழ்ச்சூழலில் எழுதியிருக்கும்போது இவர் ஒரு படி முன்னேறி அதை "Strategic Thinking" என்று ஒரு தந்திரோ-பாய பரிமாணத்தில் விளக்கியுள்ளார் என்றே கருதுகிறேன். அதிலும் சாம்சங் ஆப்பிள் போன்ற தற்கால நிறுவனங்களின் எடுத்துக்காட்டோடு விளக்கியி-ருப்பது மிகவும் சிறப்பு. அனைவரும் ஆழ்ந்து சிந்தனை முனைப்புடன் படிக்-கவேண்டிய ஒரு அத்தியாவசியமான தமிழ் நூல் இது என்று கருதுகிறேன். வாழ்த்துக்கள் நண்பருக்கும் வாசகர்களுக்கும்.

தமிழ் இணையநாடோடி
ஓசை செல்லா
கோவை

முன்னுரை

உலகின் மிகப் பெரிய சாம்ராஜ்ஜியங்களின் பேரரசர்கள், தளபதிகள், தலை-வர்கள் தங்களின் ஆளுமையின் மூலம் வரலாற்றின் பக்கங்களில் நாம் எண்-ணிப்பார்க்க முடியாத வெற்றிகளை பொறித்து வைத்தனர். அவர்களின் வெற்-றிக்கு காரணமாக இருந்தது எந்த இடத்திலும் சமரசம் செய்துக் கொள்ளாத அவர்களின் ஆளுமையும், தலைமைப்பண்பினால் அவர்கள் மற்றவர்களை பயன்படுத்திக்கொண்ட யுத்திகளுமே ஆகும். வரலாற்றை உற்று நோக்கினால் நமக்கு புலப்படுவது யாதெனில், காலங்கள் மாறினாலும் ஒரு குறிப்பிட்ட ஆளுமையின் கட்டமைப்பை அதன் பின்னர் உலகை ஆண்ட அரசர்களும், தலைவர்களும் பின்பற்றினார்கள் என்பதுதான் ஆச்சரியமான ஒன்றாகும்.

நிகழ்கால தலைவர்கள், ஆட்சியாளர்கள், தொழில் துறை நிபுணர்கள், இன்றும் அதுபோல ஒன்றையே பயன்படுத்துகின்றனர் என்பதை நாமும் அறிந்துகொள்வது தேவையாகின்றது. நம்மை சுற்றி உள்ளவர்களின் ஆளுமை யுக்தியை அறிவதன் மூலம் நாம் நம்மை காத்துக்கொள்வதும், தேவையான இடங்களில் எதிர்க்கவும் இந்த புத்தகம் உங்களுக்கு உறுதுணை-யாக இருக்கும்.

இங்கு சொல்லப்பட்டவைகள் யாவும் உங்களின் எண்ணகளின் நிலைப்-பாட்டை புரிந்து, அதை எவ்வாறு மேன்படுத்துவது என்பதை அறிந்து கொள்ள உதவுகின்றது. இந்த உலகம் இரு வேறுப்பட்ட மனிதர்களை கொண்டது. ஒன்று ஆளுமை செலுத்துபவர்கள், மற்றவர் அவர்களை பின்-பற்றுபவர்.

நாம் எந்த வகையினர் என்பது முதன்மையில்லை. நமது செயலின் வெளிப்பாடு யாரையும் துன்ப படுத்தாமல், நல்வழியில் வெற்றியினை அடை-வதாகும். இப்படிப்பட்ட சூழ்நிலைகளில் நம்மை எப்படி காத்துக்கொள்வது என்பதை அறிந்துக்கொள்ளும் புத்தகமாக இது உங்களுக்கு அமையும். தலைமைப்பண்பில் இணக்கமான சூழ்நிலையை எவ்வாறு மற்றவர்களுடன் என்பதுடன், மற்றவர்களை பற்றி அறிந்துகொண்டு வழிநடத்தவும் ஊக்குவிக்-கும். இந்த எண்ணங்களே உங்கள் வாழ்வில் அடையப்போகும் வண்ணங்க-ளின் வானவில்லாகும். வெற்றிக்கான யுக்திகள் வெற்றி நமதே.!

- அ. தொட்டராயசுவாமி

நன்றி

என் படைப்புகளின் செறிந்த கருத்தோட்டத்துக்குக் காரணமாக இருக்கும் சிறந்த சூழல்களை வாரிக்கொடுக்கும் இந்த பிரபஞ்சத்திற்கும். அதில் என்றும் என்னுடன் உறுதுணையாக பயணிக்கும் என் பாசமிகு குடும்பத்தாருக்கும், தோழமையோடு தோள்கொடுக்கும் தோழர்களுக்கும், படைப்புகளின் பக்கத்-தைப் பார்வையில் பரிசிக்கும் என் அன்பு வாசகர்களுக்கும் நன்றி.

முகவுரை

தேவையில் தலையானது வெற்றி

வாழ வழியே இல்லை
    என்ற புலம்பியின் வாழ்க்கை
    அதுவே.

❧

வாழ்க்கையை அமைப்பது எண்ணங்களே. ஆம்.. ஒவ்வொரு மனிதனின் வாழ்க்கையைக் கட்டமைப்பது எண்ணங்களே. எப்படிப்பட்ட எண்ணங்களை எண்ணுகிறான் என்பதைப் பொறுத்தே அவனது வெற்றி தோல்வி அமைகிறது. நல்ல எண்ணங்களை தன்னம்பிக்கையோடு சிந்திப்பவன் வெற்றி பெறுகிறான். தன்னம்பிக்கை இல்லாத எண்ணம் தோல்வி அடைகிறது.

சரியான நேரங்களில் நாம் எடுக்க வேண்டி இருக்கும் முடிவுகள் நம் எண்ணம் சார்ந்தே அமைகின்றது. அப்படிப்பட்ட எண்ணங்களை வளர்த்துக்கொண்டு நம் தலைமைப்பண்பை எப்படி சரியாக செயல்படுத்துவது என்பதை அறியும் நோக்கில் அமைந்த கருத்தாடலே இந்த நூல்.

தலைமைப் பண்பு அனைவருக்கும் மிகவும் முக்கியமான ஒன்றாகும். சரியான அணுகுமுறை மற்றும் திட்டமிடல் ஒரு மிகசிறந்த வெற்றியை நமக்கு கொடுக்கும் என்பதில் எந்த சந்தேகமும் இல்லை. ஆனால் நமக்கு மேல் இருப்பவர்களைத் தாண்டி அது கிடைக்க வேண்டிய சூழலில் அதை எப்படி பெறுவது என்பது பலருக்கும் தெரியாத ஒன்றாகிவிடுகிறது. இந்த சூழலில் இருக்கின்ற இடத்தில் போட்டியும், எதிர்ப்பும் அதிகமாகிவிடுகின்றது. இருக்கும் இடத்திலே யாரையும் எதிரிகளாக்காமல் தன் நிலையை உயர்த்தி எப்படி வெற்றி கொள்வது?. இந்த நோக்கத்தின் அடிப்படையே இங்கு கொடுக்கப்பட்டுள்ளது.

உங்களை நீங்களே அறிந்துகொள்ள ஏதுவாக சிறு சிறு பகுதிகளாக இங்கு விதிக்கப்பட்டுள்ளது. இந்த விதிகளை, விதைத்து விருட்சமாக வளர்த்தெடுக்க வாழ்த்துக்கள். நீங்கள் தேர்ந்தெடுக்கும் விதிகள், உங்கள் எண்ணங்களின் வண்ணங்கள் ஆகும். அந்த எண்ணமே வண்ணம்ஆக்கும் உங்கள் வாழ்வை. தொடருங்கள்... வெற்றிக்கான யுக்திகளை!

1

கர்வம் தொடேல்!

எல்லோருக்கும் பொதுவான எண்ணம் என்னவென்றால், செய்கின்ற செயலில் திறம்பட செய்து, அதன் மூலம் நல்ல முன்னேற்றமும், அதனால் கிடைக்க பெறும் நற்பெயரும் எளிதில் கிடைக்க வேண்டும் என்பதே. ஆனால் அப்படி எல்லோருக்கும் நடைபெறுவது இல்லை. காரணம், நாம் இருக்கும் இடத்தில் சந்திக்கும் நமது மேல் அதிகாரி, சக பணி-யாளர்கள், அல்லது சில நேரங்களில் போட்டியாளர் யார்? என்றே தெரியாத சூழலில் நமது பணியை மிகச் சிறப்பாக செய்து வெற்றிப் பெறுவதாகும்.

நீங்கள் எந்த பணியை மேற்கொள்கின்றீர்களோ, அதை யாரை விட நீங்கள் சிறப்பாக செய்து முடிக்க வேண்டும் என்பதில் தான் உங்கள் வெற்றியானது தக்கவைக்கப்படுகிறது. மேலும் இந்த வெற்றிமூலம் எந்த ஒரு எதிரியையும் நீங்கள் உருவாக்க வில்லை என்பதையும் உறுதி செய்ய வேண்டியுள்ளது. இப்படி சவலான இந்த வெற்றி என்ற மகுடத்தை அடையும் முதல் வழியே கர்வம் தொடேல்!

பொதுவாக நமக்கு, மேல் அதிகாரிகளால் பணியானது நிர்ணயிக்கப்படுகிறது. இப்போது அவர் எதிர்பார்த்த அளவை விட மிக சிறப்பாக அதை செய்து முடிக்கவேண்டியது நமது கடமை, மற்றும் ஆசையாக இருக்கிறது. சில சமயங்களில் உங்களுக்கு கொடுக்கப்பட்ட வேலையை குழுவாக செய்து முடிக்க வேண்டியிருந்தால், சக ஊழியர்களின் கூட்டு முயற்சி மற்றும் சரியான நல்லினக்கமும் தேவைப்படுகின்றது.

இப்படி சரியான திட்டமிடலின் படி நீங்கள் செய்து முடித்த காரியத்திற்க்கு, உங்கள் மேல் அதிகாரி சரியான அங்கீகாரம் தரவேண்டும் என நினைப்பீர்கள். ஆனால் அப்படி எல்லா நேரங்களிலும் நடந்துவிடுவதில்லை. ஏனென்றால் நீங்கள் திறம்பட செயலாற்றுவது, அவருக்கு நீங்கள் அவரைவிட அதிகம் புகழடைகின்றீர்கள் என்ற எண்ணம் வர காரணமாக அமைய வாய்ப்புகள் அதிகமாக உள்ளது.

உங்களைவிட அதிக அதிகாரம் படைத்தவர்கள் கொடுக்கும் வேலையை, அவர்களின் எண்ணப்படி செய்து முடிக்கவே நினையுங்கள். அதை விடுத்து உங்கள் அறிவு கூர்மையை நீங்கள் காட்டி அவர்களின் மனதில் உள்ள கர்வத்தை தீண்டாதீர். எப்போதும் தலைமைப்-பண்பின் மிக முக்கியமான அனுகுமுறைகளில் ஒன்று யாருடைய எண்ணத்தையும் நேரடி-யாக உடைக்கும் செயலில் ஈடுபடாமையாகும்.

மேலும் நீங்கள் இருக்கும் இடத்தில் அதிகப்படியான, தேவையில்லாத உங்கள் அளவற்ற ஆற்றலை காட்ட வேண்டிய அவசியமில்லை. தேவை எதுவோ அதுவே சரி. இதனால் நாம் புகழடைகின்றோம் என்றால் எதிரிகளைதான் அதிகம் நாம் சமாளிக்க நேரம் செலவிட நேரி-டும். எப்போதும் உங்கள் மேல் அதிகாரிகளிடம் தேவையில்லாமல், அவர்கள் உங்களிடம் கேட்டால் மட்டும், அளவான விமர்சனங்களையும், எண்ணங்களையும் சொல்லுங்கள்.

அவர்களைவிட சரியான செயல் திட்டங்களை உங்களால் தரமுடியும் என அவர் நினைத்தால், அவர் உங்கள் முன்னேற்றத்துக்கு முட்டுக்கட்டையாக கூட இருக்கலாம். மேலும் சக அலுவலக நண்பர்களும் உங்களை எதிரிகளாக காண வாய்ப்புகள் அதிகம் காணப்படும். எனவே அடுத்தவரின் கர்வத்திற்குக் காரணமான புகழை, எப்போதும் குறைக்கும் படி உங்-கள் நற்செயலால் நடைபெறாமல் பார்த்துக் கொள்ளுங்கள்

பின் எப்படி, வாழ்க்கையில் வெற்றி பெறுவது என்று தானே கேட்கின்றீர்கள், கவலை வேண்டாம்!. இனிவரும் அத்தியாயங்கள் சொல்லும்.

2

பகைவனை துணைக்கொள்!

இருக்கும் வேலையில் என்ன தேவையோ அதை மட்டுமே திறம்பட செய்ய வேண்டும் என்-பதை நாம் அறிவோம். காரணம் நமது பன்முக திறமை நம்முடன் இருக்கும் சக நண்பர்க-ளுக்கும், உயர் அதிகாரிகளுக்கும் சில சமயங்களில் பொறாமை அடைய செய்துவிடும். சரி, நாம் செய்யும் சில சாதாரணமன செயல்களும் தோல்வியில் முடிய, அல்லது அச்செயல் சரி என்று ஒப்புக்கொள்ள முடியாத ஒன்றாக மாறிவிட காரணம் என்ன என்பதை இப்போது காண்போம்.

எல்லோருக்கும் நண்பர்கள், எதிரிகள் என்று இரு வேறுபட்ட எண்ணங்களைக் கொண்ட மனிதர்களை நாம் கொண்டுள்ளோம். இதில் நமது செயல்கள் எல்லாம் சரியானதாக முடி-யாமல் போனதற்குக் காரணம், நம் வளர்ச்சியைப் பொருத்துக்கொள்ளாத எதிரிகளாகத் தான் இருப்பார்கள் என்று நினைப்பது தவறு. சில சமயங்களில் நம் வளர்ச்சி, நண்பருக்கு பிடிக்-காமல், பொறாமைக்கு தள்ளப்பட்டிருப்பார். இவர்களாக கூட இருக்கலாம்.

வெற்றியின் விதியாக அடுத்து அறிந்து கொள்ள வேண்டியது **பகைவனை துணை கொள்வது**. நமது பகைவர்கள் எப்போதும் பகைவர்கள் தான். ஆனால் அவர்களை நாம் பயன்படுத்தாமல் இருக்க வேண்டிய அவசியமில்லை. நண்பர்கள் பகைவர்கள் ஆனால் நம்-மால் கண்டு கொள்ள முடியாது. தெரிந்த பகைவனை பயன்படுத்திக் கொள்வதே மிகச் சிறந்த அறிவு.

ஆப்பிள் நிறுவனமும், சாம்சன் நிறுவனமும் எதிரெதிர் திசையில் நிற்கும் தொழில் போட்டியாளர்கள். ஒருவரை ஒருவர் மிஞ்சும் அளவுக்கு தொழிலில் போட்டிப்போட்டு திறம்பட செயல்படுவர், நாம் எல்லோரும் அறிவோம். ஆனால் உலகின் மிகச்சிறந்த தொழில்நுட்பத்தால் முதலிடத்தில் உள்ள ஆப்பிள் நிறுவன கைப்பேசியின் தொடுதிரை யாரி-டமிருந்து வாங்கப்படுகின்றது தெரியுமா? தொடுதிரை தயாரிப்பதில் அசைக்கமுடியாத முத-லிடத்தில் உள்ள சாம்சன் நிறுவனத்திடமிருந்து. ஆச்சரியமாக உள்ளது அல்லவா?

என்ன புரிந்துகொள்ள வேண்டும் என்றால், ஆப்பிள், தலைச்சிறந்த உதிரிபாகங்களுடன் தன் நிறுவனத்தின் கைபேசியை இந்த உலகத்தில் விற்க வேண்டும் என்றால், தன் போட்டி நிறுவனமான சாம்சன் நிறுவனத்திடம் வாங்கவேண்டும். அதேபோல் சாம்சன் நிறுவனமும் தன் தொடுதிரை பாகத்தை கொடுப்பதன் மூலம் தன் நிறுவனத்தின் வருமானத்தை அதிக-

ரிக்க முயலுகின்றது.

உன் முன்னேற்றத்திற்கு சரியான உறுதுணையாக அந்த சமயத்தில் எதிரி தேவைப்-பட்டால் அவர்களிடம் இணைந்து செயலாற்றுவது சாலச்சிறந்தது. மலை போல நம்பி பொறாமை குணம் கொண்ட நண்பனிடம் தோற்பதைவிட, பகைவன் மேலானவன். நண்பனும் உன்னைப் போல முன்னேறத் துடிப்பவனே, உன் வளர்ச்சி அவர்களுக்கும் நெருடலை கொடுக்கச்செய்யலாம்.

3

எண்ணம் பலிரேல்!

எதிரி நாட்டின் மீது போர்த் தொடுக்கும் முன்னர், என்னென்ன வழிகளில் எல்லாம் முன்-
னேறி செல்ல முடியும் என ஆராய்ந்து அதன் படி நடந்தால் நம்மால் கண்டிப்பாக வெற்றி
அடைய முடியும். இந்த பொதுவான கருத்தில் நாம் கவனிக்க வேண்டியது என்னென்-
றால், நாம் செய்யும் செயல்களின் வழிமுறைகளை முன்னரே, இதை இப்படித்தான் செய்யப்
போகின்றோம் என்று எல்லோரிடமும் திட்ட செயல்பாட்டினை அறிவித்துவிட்டு செய்வோ-
மாயின் கண்டிப்பாக நம்மால் வெற்றிக்கொள்ள முடியாது.

நாம் புதிதாக ஒரு காரியத்தை செயல்படுத்தும் முன்னர், அந்த செயலால் யாருக்கெல்-
லாம் பாதகத்தை ஏற்படுத்தும், அதன் வெளிப்பாடாக என்ன அமையும், அல்லது யாருக்-
கெல்லாம் நன்மை பயக்கும், அதன் மூலம் நமது வெற்றி எப்படி அங்கீகரிக்கப்படும் என்-
பதை நன்கு அறிந்து கொள்வது மிகச்சிறந்தது.

பின்னர் நாம் செயல்படுத்தும் திட்டங்களின் மாதிரிகள் அல்லது அணுகுமுறைகளை,
நண்பர்களாக இருப்பவர்களிடத்திலும் கூட சொல்ல வேண்டிய அவசியமில்லை. நீங்கள்
மூன்று நாட்களில் ஒரு புதிய காரியத்தைச் செய்து முடிக்க திட்டமிட்டு உள்ளீர்கள், அதன்
மூலம் உங்களுக்கு பதவி உயர்வு அல்லது புகழ் வர காரணமாக இருக்கும் நிலையில்,
இப்படி செய்து என்னால் வெற்றிப் பெற முடியும் என எல்லோரிடமும் சொல்லிவிட்டீர்கள்
என்றால், உங்கள் செயல் உண்மையில் சிறந்த செயல் என்றால், அதை மற்றவர் இரண்டு
நாட்களில் உங்களுக்கு முன்னரே செய்து முடித்து உங்களின் வெற்றியை பறித்துக் கொள்ள
முடியும்.

எப்போதும் நம் செயல் திட்டங்களின் அணுகுமுறை மற்றும் காலம் போன்ற அளவீடு-
களை வெளியிடுவதை தவிர்க்க வேண்டும். வெற்றி என்பது கடின உழைப்பினால் மட்டுமே
பெற்றுவிடமுடியாது. சாமர்த்தியம் எனும் தந்திரமும், பகிர்தல் என்ற வரைமுறையும் சரியாக
அமையவேண்டும்.

எல்லோருக்கும் இப்பொழுது பரிச்சயமான ஜியோ நிறுவனம், 4ஜி என்ற தொழில்நுட்பத்-
தில் தொலைப்பேசி துறையில் கால் பதிக்கும் என்ற ஒரு சுவடும் காட்டிக்கொள்ளாத அந்-
நிறுவனத்தின் திட்டமிடலே, இந்தியாவில் மிகப்பெரிய இடத்திற்கு அதை அமர்த்தியது. 4ஜி
கைப்பேசிகளை மட்டுமே பயன்படுத்தி தகவல் சேவையை பெற முடியும் என்ற தகவலை

அவர்கள் அப்போதே அறிவிக்கவில்லை. படிப்படியான திட்டமிடல், அதை இரகசியமாக வைத்துக் கொண்டு செயல்படுத்தும் விதமே அவர்களை இன்று வெற்றியின் சுவையை சுவைக்க வைத்தது எல்லா நேரங்களிலும் திட்டமிடல், மற்றும் செயல் படுத்தும் நேரங்களை எப்போதும் அறிவிக்காத மிகப்பெரும் பலமே அந்நிறுவனத்தின் மிகப்பெரிய வெற்றி.

நாம் செய்யவேண்டியது எல்லாம், இலக்கை நோக்கிய பயணத்தில் நம் எண்ணங்களை எல்லோரிடமும் பகிராமல் செவ்வனே செய்து முடிப்பதில் தான் உள்ளது, நமது வெற்றி. **எண்ணம் பகிரேல்!**

4

குறைவே நிறைவு!

வெற்றியின் விதிகளின் நான்காம் நிலையறிதல், குறைவே நிறைவு. எண்ணங்களின் வெளிப்-
பாடே மொழி. நாம் கற்றறிந்த, கேட்டறிந்த, அனுபவத்தால் அறிந்த அனைத்தையும் செவ்-
வனே பராமரிக்கும் மிகச்சிறந்த ஆளுமையே தலைமைப் பண்பின் தகுதியாகும். அப்ப-
டிப்பட்ட தலைமைப் பொறுப்பிற்கு தயார்படுத்திக்கொள்ளும் அனைவரும் அறிய வேண்டிய
தகுதிகளில் ஒன்று இந்த குறைவே நிறைவு.

எதை குறைவாக பயன்படுத்தினால் நிறைவானதாக மாறும் என்றால், நமது எண்ணங்-
கள். தேவைக்கும் குறைவாக பயன்படுத்துவது. இதை எப்படி புரிந்துகொள்ள வேண்டும்
என்றால், யாரிடம் எதை எப்படி சொல்லி நம் எண்ணங்களைப் புரியவைத்தால் போதுமோ,
அவ்வளவு சரியானது.

பெரும்பாலான நேரங்களில் மற்றவர்களின் கேள்விகளுக்கு உங்கள் கருத்துகளைச்
சொல்லிக்கொண்டே இருப்போம் என்றால், நமது நேரம் மட்டும் அல்ல, எண்ணங்களும்
சேர்ந்தே தொலைந்து போகின்றன. சான்றோர் எப்போதும் குறைவாகவே பேசுவர், அவர்
எப்போது பேசுவார் என எல்லோராலும் கவனிக்கப்பட்டு கொண்டே இருப்பர்.

எல்லோருக்கும் எல்லாம் அறிந்திருக்கும் திறமை வாய்ப்பதில்லை, கற்றது கைமண்ண-
ளவு. நீங்கள் உங்களுக்கு தெரிந்த செயல், வேலை, துறை இவற்றில் தலைசிறந்தவர் என்-
றாலும், அதிலும் சில நேரங்களில் உங்களுக்கு தெரியாதவைகளும் இருக்கும்.

நீங்கள் வெற்றியினை குறிக்கோளாகக் கொண்டு செயல்படும் போது, செயலில் கண்ணும்
கருத்துமாக செயல்படவேண்டுமே ஒழிய, விவாதங்களில் ஈடுபடுவதை தவிர்க வேண்டும்.
நீங்கள் தலைமை பொறுப்பில் உள்ளீர்கள் என்றால், கண்டிப்பாக எல்லோரிடத்திலும் இணக்-
கமாக இருக்கவேண்டும். ஆனால் எல்லோரிடத்திலும், உங்களுக்கு எல்லாம் தெரியும் என்று
விவாதங்களில் ஈடுபட்டால், சில நேரங்களில் உங்களுக்குத் தெரியாத ஒன்றினை தவறான
கருத்து மூலம் வெளிப்படுத்தும்போது, நீங்கள் இதற்கு முன்னர் சொன்ன பல நல்ல சரியான
கருத்துகளும் மதிப்பிழக்கின்றன.

தலைவன், தலைமை பொறுப்புக்குத் தகுதிப்படுத்திகொள்பவர் மற்றும் வெற்றியினை எதிர்
நோக்கி பயணிப்பவர் என்பவன் எப்போதும் உண்மையினை மட்டுமே உரைப்பவன் என்ற
மிகச்சிறந்த எண்ணத்தையே இந்த உலகம் கண்டுள்ளது. எனவே நீங்கள் முடிந்த வரை

உங்கள் கருத்துக்களைத் தேவைப்படும் இடத்தில் சரியானவைகளை மட்டுமே சொல்லுங்கள்.

சில நேரங்களில் நீங்கள் தரும் தவறான தகவல்கள் உங்கள் முந்தைய சரியான நிகழ்வு-களையும் சேர்த்து கலங்கப்படுத்திவிடும். உண்மையறிந்த நபர்கள் முன்னால் நிஜத்தை மாற்றி எப்போதும் பொய் சொல்லாதீர்கள்.

மூன்றாம் மனிதர்கள் மூலம் வரும் செய்திகளை எப்போதும் அப்படியே நம்பிவிடாதீர்கள். சில சமயங்களில் அவர்களின் எதிரியை உங்கள் மூலம் காயப்படுத்த முயற்சிக்கலாம். உண்-மையை அறிய சம்பந்தப்பட்டவர்களை நேரில் சந்தியுங்கள். அவர்களின் எண்ணங்களை கேட்டுத் தெரிந்துகொள்ளுங்கள். அப்படி செய்யாமல் உங்களிடம் வரும் தகவல்களை வைத்து சபைகளில் பேசும் போது உண்மை அறிந்தவர்கள், நீங்கள் உண்மையை அறியாமல், ஒருதலை பட்சமாக பேசுகின்றீர்கள் என உணர்வதோடு மட்டுமில்லாது, உங்களின் தலை-மைப்பண்பின் மீதே சந்தேகத்தை தூண்டிவிடுகின்றது. நீங்கள் எப்படிப்பட்டவர் என்பதையும் மற்றவர்களிடம் குறைசொல்ல வாய்ப்புகளை அவர்களுக்கு ஏற்படுத்தி கொடுத்துவிடுகின்-றீர்கள். எனவே சாலச்சிறந்தது குறைவாக உண்மை மட்டுமே பேசி நிறைவாய் வெல்வதே ஆகும்.

எப்போதும் பேசி கொண்டே இருந்தீர்கள் என்றால், நீங்கள் பேசும் ஒரு முக்கியமான செய்தி மற்றவர்களுக்கு போய் சேராமல் போகின்றது . காரணம் எப்போதும் நீங்கள் பேசும் ஒரு சாதாரண செய்தியை போலவே முக்கியமான செய்தியும் தோன்றிவிடுகின்றது, மேலும் அதை சரியாக கவனிக்கவும் தவறுவர்.

எனவே சரியானவற்றை நீங்களே உங்கள் கருத்தாக சபைதனில் சொல்லுங்கள். எல்-லோரிடத்திலும் பேசுங்கள். ஆனால் குறைவாக தேவையானவைகளை மட்டும்

5

நற்பெயர் மறவேல்!

இருந்தாலும் மறைந்தாலும் பேர் சொல்ல வேண்டும், இவர் போல யார் என்று ஊர் சொல்ல வேண்டும் என்ற கவிஞர் வாலி அவர்களின் வரிகளில் உள்ள அர்த்தம் நமக்கு புரிந்து கொண்டால், வாழ்க்கை எப்படி வாழவேண்டும் என்பது எளிதில் புரியும். ஒருவரின் பெயரை சொல்லும் போது அவரை பற்றி அனைவரும் அறிந்திருக்கும் புகழை மட்டும் குறிக்காது. அவரின் நற்செயல்களும் அதில் அடங்கும்.

பெரும் புகழுடனும், ஆளுமை சக்தியுடன் இருக்கின்றோம் என்றால் அதற்கு காரணம் நமது உண்மைதன்மையை உடைக்காத செயல்களே ஆகும். நற்பெயர் என்பது புகழ் சார்ந்தது மட்டும் அல்ல, அதன் அடிப்படை உண்மையாகும். ஒரு பெரும் தலைவனின் சிறிய தவறு, அவர் கட்டிக்காத்த பெரும் சாம்ராஜியத்தையே சமாதி செய்த வரலாற்று நிகழ்வுகளை நாம் பார்த்துள்ளோம். இந்த சிறு தவறு, எப்படி ஒரு பெரும் நிகழ்வை நிகழ்த்தவல்லதாக மாறுகின்றது என்றால், அதற்கு காரணம் அவரின் நற்பெயரில் ஏற்பட்ட கலங்கமே.

வியாபார தந்திரங்களில் ஒன்று, நம் வாடிக்கையாளர்களுக்குச் சலுகைகள், பரிசுகள் வழங்குவது. இதன் அடிப்படை என்ன? நற்பெயர் ஈட்டுவது. இப்படி செய்வதால் நற்பெயர் ஈட்ட முடியுமா என்றால், முடியும். மீண்டும் மீண்டும் வாடிக்கையாளர்களை நம்மிடம் வரவழைக்கும் முறையிது. எப்போதும் நமது பெயரினை நினைவில் வைத்துக்கொள்ளும் போது, ஆழ்மனதில் அந்த பெயரின் மேல் ஒரு தனி நற்பெயர் மற்றும் நம்பகத்தன்மை உருவாகின்றது.

இப்படி உருவாக்கிய நமது நற்பெயரினை கெடுக்கும் வகையில் ஒரு போதும் வழிவகுக்க கூடாது. நம் போட்டியாளர்கள், எதிரிகள் மற்றும் சகப் பணியாளர்களுக்கு இப்படிப்பட்ட சூழ்நிலை ஒன்றே போதுமானது, நமது நற்பெயருடன் சேர்த்து நம்மையும் அழிக்க.

எப்போதும், குறுகிய காலத்தில் அதிக பணமீட்ட, லட்சியத்தை அடைய அல்லது பணிபுரியும் இடத்தில் முன்னேற்றம் அடைய முயற்சிக்கும் போது, நாம் இதுவரை சேமித்த நற்பெயருக்குக் கலங்கம் வரா வண்ணம் நடந்துகொள்ள வேண்டும். திடீரென புகழின் உச்சத்திற்கு வந்த நிறுவனங்கள் மிக விரைவிலேயே நற்பெயரிழந்து போன கதைகளில், காரணமாக இருப்பது, உண்மைக்குப் புறம்பான வழிமுறைகளும், பொய்யான வாக்குறுதிகளுமே.

எப்படி உங்கள் சகப்பணியாளர்கள், தொழில் போட்டியாளர்கள் மற்றும் மேல் அதிகரிகள் செய்யும் சிறு தவறுகளுக்காக காத்துக்கொண்டிருந்து, அதைப் பயன்படுத்தி அவரிகளின் நற்-பெயரை நாம் கலங்கப்படுத்த எண்ணுவோமோ அப்படித்தான் நமது நற்பெயரை கெடுக்கவும் ஒரு கூட்டம் இருக்கும். சில சமயங்களில் நமக்கு நெருக்கமானவர்களாக கூட இருக்கலாம். காரணம் முன்னேற்றத்தின் முக்கியமான முயற்சி நற்பெயரை சேமிப்பதும், நம்பகத்தன்மையு-டன் இருப்பதும் ஆகும்.

நமக்கு தெரிந்த மிகச் சிறந்த நகைச்சுவை நடிகர் ஒருவர் தன்னுடைய கலை பயணத்தை சிறு, சிறு வேடங்களில் தொடங்கி, அவரின் மிக சிறந்த முகபாவனைகளால் பெரிதும் ரசிக்-கப்பட்டு மிகப்பெரிய நடிகராக உயர்ந்த கதை நமக்கு தெரிந்ததே. மிகப்பெரிய நடிகர்களின் திரைப்படங்களில் கூட அவர் நடித்தால் மட்டுமே நன்றாக ரசிக்கப்படும் என்ற நிலையில் இருந்த போது, அவரின் அரசியல் பிரவேசத்தால் தான் சேர்த்து வைத்த 20 வருட நற்-பெயரை இழக்க நேர்ந்தது. திரும்பவும் அதை மீட்டெடுக்க அவர் இன்றுவரை போராட வேண்டியுள்ளதை நாம் அறிந்ததே.

ஒருபோதும் உங்களின் நற்பெயரின் நலனுக்கு கலங்கம் ஏற்படுத்தும் எந்த ஒரு செய-லையும் செய்யாதீர். இது நீங்கள் இருக்கும் நிலையிலிருந்து கீழே இறக்குவதோடு, மீண்டும் இதை சரிசெய்ய மிகப்பெரும் கால அளவை முதலீடாக கேட்கும். வெற்றி எப்போதும் எளிது, அதை எப்படி அடையவேண்டும் என்பதில் சரியாக இருந்தால்.

6

மர்மம் கலையேல்!

இரகசியம் எபோதும் ஆர்வத்தை தூண்டக்கூடியது. அதைப்போலத்தான் மர்மம் நிறைந்த இடங்களும், செய்திகளும் மக்களை கவர்ந்து இழுக்கும். என்ன என்று அறிந்து கொள்ள முடியாத, இடங்கள், செய்திகள், மனிதர்கள் எல்லாமுமே ஆர்வமிக்கவையே. மௌனம், அமைதி இவை இரண்டையும் தாண்டி மர்மம் என்பது மிகவும் சுவாரசியமானது.

இந்த மர்மத்தை எப்படி நமது ஆளுமையில் பயன்படுத்தி, மிக சக்திவாய்ந்த நமது பலமாக மாற்றுவது என்று பார்ப்போம். சில பிரபலங்களை சாதரணமாக வெளியில் காண-முடியாது. அதே போல் அவர்கள் அறிக்கை, நிகழ்ச்சிகள், சர்ச்சை, செய்தி என எந்த பிம்பத்திலும் நாம் காணமுடியாது. இன்னும் சொல்லப்போனால் இப்படிபட்ட அவர்களின் வாழ்க்கை முறையே அவர்களை மேலும் மேலும் பிரபலமாக்குகின்றது.

நீங்கள் எபோதும் உங்களின் அடுத்தக்கட்ட செயல்களைப்பற்றி பேசிக்கொண்டே, அனைத்து இடங்களிலும் அனைவராலும் எளிதில் உங்களை பார்க்கமுடியும் என்றால், உங்-களின் தனித்துவமான செயலும், வெற்றியும் மிகச் சாதாரணமாகவே அவர்களால் அங்கீக-ரிக்கப்படும். ஏனெனில் நீங்கள் இந்த வெற்றியின் செயல் முறையினை ஏற்கனவே அனை-வரிடத்திலும் வெளிப்படுத்திவிட்டீர்கள். இப்போது அவர்களுக்கு இதில் புதிதாக ஒன்றும் தோனாமல் போய்விடும். நீங்கள் தான் இப்போது வருத்தத்தில் இருக்கவேண்டியிருக்கும். யாரும் என்னுடைய செயலுக்குண்டான அங்கீகாரம் தர மறுக்கின்றனர் என்று.

இதையே நீங்கள் யாரிடமும் உங்களின் செயலைப் பற்றி சொல்லாமல், மிகவும் ரகசிய-மாக செயல்படுத்தி, அந்த வெற்றியினை அனைவரும் காணும்போது, கண்டிப்பாக அனை-வராலும் பாராட்டப்படுவீர்கள். சரி, நாம் அறிந்து கொள்ள வேண்டியது என்ன? எப்போதும் வெளிப்படையான செயல்களுக்கு, அங்கீகாரம் குறைவாகவே கிடைக்கப்பெறும்.

சில அரசியல் பிரமுகர்கள், சினிமா கலைஞர்கள், தொழில் அதிபர்கள் போன்றோரை நாம் எந்த ஒரு ஊடகத்தின் வாயிலாகவும் காணமுடியாது. காரணம் அவர்கள் ஊடகங்க-ளுக்குப் பயந்தவர்கள் என்று பொருளல்ல. தங்களின் சிறப்பான செயல்களை மற்றவர்கள் பாராட்டவும், அதன் மூலம் நற்பெயரினை மேலும் உயர்த்திக் கொள்ளும் செயல்முறையி-னையும் அறிந்தவர்கள்.

ஒருவரின் வெற்றி பெற்ற செயல் மட்டுமே மற்றவர்களின் பார்வைக்கு அதிகம் தெரிய-வேண்டும், அந்த மனிதர் அல்ல. இதனால் சில நேரங்களில் நமது செயல் தோல்வியடைந்-தாலும் கூட அதை பற்றி அதிகம் பேச மற்றவர்களின் முன்னிலையில் அவர்கள் எப்போதும் இருந்ததில்லை. இதன் காரணமாகவே அவர்களின் சிறு தவறுகள், தோல்விகளும் அதிகம் விவாதிக்கப்படுவதில்லை. ஆனால் வெற்றிகள் கொண்டாடப்படும்.

தமிழ் சினிமாவில் முன்னணி கதாநாயகனான அவருக்கு, உலகம் முழுவதும் ரசிகர்கள் இருப்பதும், அவரை கொண்டாடுவதும், எப்போதும் ஒரு சரியான வளர்ச்சியின் நாயகனாக பார்ப்பதற்கும் காரணம், இந்த மர்மம் தான். இவர் தனது திரைப்படத்தின் வெற்றிக் கொண்-டாட்டங்களில் கலந்துக் கொள்வதில்லை, எந்த ஒரு சமூக இணையங்களிலும் செய்திகளை பதிவிடுவது இல்லை. இப்படி எந்த ஒரு நிகழ்வையும், பதிவாக யாருக்கும் தெரிவிக்கா-மல் தன் இலக்கை நோக்கிய பயணத்தின் மூலமே, அவரின் நன்மதிப்பு, தலைமைப்பண்பு, நற்பெயர் போன்ற உயரிய செல்வங்களை சேமித்து விடுகின்றார். அவர்தான் உலக தமிழ் சினிமா ரசிகர்களால் ஆசையாக "தல" என்று அழைக்கப்படும் திரு. அஜீத்குமார் அவர்-கள்.

முயற்சிக்கும் முன்னரே வெற்றியின் கொண்டாட்டங்களை நடத்தி பார்க்கும் உலகமாக மாறிவிட்டதால், பின்னர் உண்மையாக கிடைக்கவேண்டிய வெற்றி இந்த மாய கொண்டாட்-டத்தில் காணாமல் போய்விடுகின்றது. என்றும் மர்மம் கலையேல்!

7

இணக்கம் கைவிடேல்!

மனிதன் தன் எண்ணற்ற பணிகளை செவ்வனே செய்துமுடிக்க சமூகம் என்ற ஒப்பற்ற கட்-டமைப்பை கொண்டுள்ளான். அந்த கட்டமைப்புக்குள் வரும் குழுவையோ, கூட்டத்தையோ தனக்கென துணையாக்கி நினைத்த காரியத்தை செய்து முடிக்கின்றான். இப்படி தன் சமூ-கத்தினை வழிநடத்திச் சென்று வெற்றிப் பெற்றவர்களை தலைவன் என்கின்றோம்.

இணக்கம் என்பது இருக்கும் இடத்தில் அதிகம் தேவைப்படும் ஒரு சராசரி மனிதனின் எதிர்பார்ப்பு ஆகும். இந்த இணக்கம் அவனுக்கு சரியாக அமைந்து விட்டால், கொடுக்கப்-படும் அனைத்து வேலைகளையும் சரியானதாகவும், விரைவாகவும், நேர்த்தியாகவும் செய்து முடிப்பான். இதை இப்படி சரியானதாக செய்து முடிக்க, இவர்களிடம் காரியங்களை கொடுக்கும் தலைவன் மிகச்சிறந்தவனாக இவர்களால் காணப்படுவர்.

ஒரு சக்திமிக்க தலைவன், தன் கீழ் தனக்காக காரியங்களை செய்யும் சக ஊழியர்களி-டத்தில் மிக சிறப்பான இணக்கத்தை பின்பற்றுவதில் கருத்தாக இருப்பர். இப்படி அவர்கள் மற்றவர்களின் மிகச்சிறந்த உழைப்பை தனக்கான வெற்றியில் பங்கெடுக்க செய்ய அனும-திப்பதோடு, தன் வெற்றியினை திடமாக்கிக் கொள்வர்.

ஒரு சிறந்த தலைமைப்பண்பு உள்ள தலைவனானவன், தன்னைவிட சிறந்த செயல் வீர-ராக இருக்கும் மற்றும் தன் குழுவில் தனக்கு போட்டியாக தலைவன் பதவிக்கு தகுதியா-னவராக இருப்பவர்களை பயன்படுத்திக்கொள்வர். இதன் மூலம் தலைமை பொறுப்பிலிருந்து அவரை எளிதில் யாரும் விரட்டமுடியாத அளவுக்கு சக்திவாய்ந்தவராக தன்னை மாற்றிக்-கொள்வார்.

குறிப்பாக தலைமை பொறுப்பில் உள்ளவர்கள், உங்களை விட அதிக திறமை வாய்ந்த-வர்களை தன் குழுவில் வைத்திருந்தால், அவர்களை

இவை மூன்றையும் கடைப்பிடித்தாலே நீங்கள் தன்னிறைவான தலைவனாகி விடுவீர்கள். உங்கள் வெற்றியின் வேர் அவர்களிடமிருந்தே எப்போதும் விருட்சமாகும்.

உங்களுக்கான வேலையினை செய்ய உங்களிடம் திறமையானவர்கள் இருக்கிறார்கள் என்றால் அவர்களை பயன்படுத்திக் கொள்ளவேண்டும். அப்போதுதான் நமக்கான பொன்-னான நேரத்தினை மற்ற வேலைக்களுக்குப் பயன்படுத்த முடியும்.

திரு. தாமஸ் ஆல்வா எடிசன் இப்படிப்பட்ட தலைமைப்பண்பை பெற்ற ஒரு தலைச்சி-றந்த விஞ்ஞானி ஆவார். இவர் புகழ்பெற்ற திரு. நிக்கோல டெஸ்லா வை தனக்கு கீழ் பணி செய்யுமாறு அழைத்தார். திரு. தாமஸ் ஆல்வா எடிசன் தனது கண்டுப்பிடிப்பான டைன-மோவை திரு. டெஸ்லா விடம் வேறு மாதிரி விரிவுப்படுத்த கூறி அதற்கு 50,000 டாலர்கள் சன்மானம் தருவதாக சொன்னார். இதற்கு சம்மதம் அளித்த திரு.டெஸ்லா மாதகணக்கான நேரத்தினை செலவிட்டு திரு.எடிசன் அளித்த மாதிரியிலிருந்து மிகவும் நேர்த்தியான டைன-மோவை கண்டுப்பிடித்து அளித்தார். இதை கண்ட திரு. எடிசன், திரு. டெஸ்லா மிக சிறந்த கண்டுபிடிப்பாளர் என்பதை உணர்ந்து, தனக்கு கீழ் மாதச்சம்பளத்திற்குப் பணி அமர்த்திக் கொண்டார். திரு. நிக்கோலா டெஸ்லா மிகச் சிறந்த விஞ்ஞானி ஆனாலும் அவரின் கண்-டுப்பிடிப்புகள் எல்லாம் திரு. எடிசன் அவர்களையே சார்ந்திருக்க வேண்டியதாயிற்று.

இதன்மூலம் ஒரு சிறந்த விஞ்ஞானியாக மட்டும் இருந்திருந்தால் திரு. எடிசன் மிக குறைந்த கண்டுப்பிடிப்புகளை மட்டுமே செய்திருப்பார். சரியான தலைமைப்பண்பையும் கொண்டதால் மட்டுமே தனக்கு நிகரான திரு. டெஸ்லாவை தனக்கு கீழ் பணியமர்த்தி தனது கண்டுபிடிப்புகளை அதிகரிக்க முடிந்தது. அதுமட்டுமில்லாது தனது போட்டியாளரை தன்பி-டிக்குள் கொண்டுவர முடிந்தது. இணக்கம் கைவிடேல்!

8

பொறுமையே தூண்டில்!

உங்கள் வலிமையின் மூலம் தலைமையை வழி நடத்த முற்பட்டால், நீண்ட நெடிய பயணத்தை காணமுடியாது, அது மட்டும் அல்லாது வெற்றியினை அடைய முடியாத நிலை- யில் மிகப்பெரிய எதிரிகளின் கூட்டத்தை உங்களை சுற்றி உருவாக்கிவிடுவீர்கள். பின் அவர்களை சமாளிக்கவே உங்களின் நேரம் சரியாகப் போய்விடும்.

முன்பகுதியில் சொல்லப்பட விதிகளின் அடிப்படையே வெற்றியினை தக்கவைப்பதும், அதை நிரந்தரமாக நிலைநிறுத்துவதும் ஆகும். அப்படி என்றால் நாம் எவ்வாறு ஆளுமை நிறைந்த தலைமைப்பண்பை கொண்டு நமது குழுவை வழி நடத்துவது மற்றும் எதிரி- களை(சக தொழில் நண்பர்களை) நமது கட்டுப்பாட்டில் வைத்து கொள்வது என காண்போம்.

பொறுமையே இங்கு மிகப்பெரிய வெற்றியினை தரப்போகின்றது. தூண்டிலிட்டு நெடுநே- ரம் காத்துக்கிடந்து கிடைக்கும் ஒரு மீனின் லாபம், இதற்காக நாம் பயன்படுத்திய பொறு- மையையே சாரும். மீனை(எதிரி) தேடிச்சென்று கொல்ல, ஆற்றில் இறங்கினால், அதற்கு மிகவும் பழக்கமான மற்றும் வல்லமை நிறைந்த ஆற்றில் நம்மால் கொல்ல முடியாது. அதை- விடுத்து நமக்கு சாதகமான (ஆற்றின் கரை) இடத்திலிருந்து மீனுக்கு மிகவும் பிடித்தமான இரையை (பரிசு, லாபம்) கொடுத்து, நாம் தூண்டிலை (வீழ்த்தும் திட்டம்) பயன் படுத்- தும் போது கடைப்பிடிக்கும் பொறுமையே, மீனை நமது இடத்திற்கு அருகில் வரவழைத்து தூண்டிலில் மாட்டச் செய்கின்றது.

பொறுமையுடன் நாம் செயல்படுவது என்பது, நமது போட்டியாளர்களை தொடர்ந்து நினைத்துக் கொண்டு, அவர்களை வீழ்த்தும் செயல்களை செய்துகொண்டே இருக்க அவசி- யமில்லை. நாம் என்ன செய்துக்கொண்டு இருக்கின்றோம் என்பதை அவர்களுக்கு தெரி- விக்காமல் இருந்தாலே போதும். அவர்களுக்கு நம்மை தேடி வரும் எண்ணம் வந்து விடும். இப்போது அவர்களின் செயல் திட்டம் உங்களுக்கு தெரிந்துவிடும், நீங்கள் எளிதில் அவை- களை வென்று விடலாம்.

வேண்டும் என்றால், சில நேரங்களில் நீங்களே வதந்திகளை பரப்பச் செய்யுங்கள், அதை நம்பி எதிரிகள் உங்களின் உண்மையான செயல்திட்டங்களுக்கு பாதகம் விளைவிக்காத தீமை உங்களுக்கு செய்வர். இதனால் உங்கள் வெற்றிக்கு எந்த ஒரு பாதகமும் வரப் போவ- தில்லை. ஆனால் எதிரி உங்களின் பொய்யான வதந்தியினை நம்பி அதற்கான செயலை

செய்ய காலத்தை வீணாக்குவதோடு, அவர்களுக்குத் தோல்வியே மிஞ்சுகிறது.

மிகமுக்கியமான ஒன்று, இதே யுக்தியை உங்கள் எதிரியும் பயன்படுத்தக் கூடும்.

எப்போதும் நீங்கள் ஆளுமையுடன் இருக்க விரும்பினால், மற்றவர்களை உங்களிடம் தேடி வர செய்யுங்கள். அதுவே அவர்களின் பலவீனம். சில நேரங்களில் தேவைப்படும் நபர் உங்களுடன் இல்லை என்றால், அந்த செயலை செய்து முடித்தால் மிகப்பெரிய லாபம் கிடைக்கும் என்ற உண்மையையோ அல்லது வதந்தியையோ வெளியிடுங்கள். இது அவர்-களை உங்களிடம் வரவழைக்கும். இப்போது அவர்களை உங்களின் ஆளுமைக்கு கீழ் கொண்டுவருவது மிகவும் எளிமையாகி விடுகின்றது. மேலும் ஒரு எதிர் போட்டியாளர் இல்-லாமல் செய்துவிடுகின்றீர்கள்.

தலைமைப் பொறுப்பில் உள்ள நீங்கள், எப்போதும் உங்கள் கருத்துக்களைச் சக பணி-யாளருக்கு, குழுவிற்கு அறிக்கை மூலமாகவே தெரியப்படுத்துங்கள். உங்கள் ஆளுமையை மேலும் அது அதிகரிக்கும். தூண்டிலுடன் பொறுமை சேரும் போது எதிரியான மீனின் இடத்-திலேயே அதை நாம் அடையும் தந்திரமே நமது திறன் மிக்க ஆளுமையாகும்.

9

விவாதம் தவிர்த்து வினை செய்!

ஒரு வார்த்தையும் சொல்லாமல், மற்றவர்களை உங்களின் செயல் மூலம் உடன்பட வைப்பது மிகவும் சக்திவாய்ந்த செயலாகும். நீங்கள் செய்யும் செயலுக்கான களம் மிகவும் போராடி வெற்றி பெறவேண்டிய கடினமான களமாக இருக்கவேண்டும். அப்போழுதுதான் அந்த வெற்றியின் மதிப்பும், நிலைத்திருக்கும் காலமும் கூடும்.

பொதுவாக விவாதம், அறிவுரை போன்றவற்றை எப்போதும் கொடுத்துக்கொண்டே இருக்கும் தலைவனாக இருக்கின்றீர்கள் என்றால், உங்கள் மீதான நம்பிக்கை குறைய ஆரம்பிக்கும். காரணம், எப்போதும் நீங்கள் சொல்லிக்கொண்டிருக்கும் செயலின் பலனை அவர்களுக்கு காண்பிக்காமல் வெறும் சொல்லளவிலேயே இருப்பதனால் தான்.

ஒருவரை நீங்கள் உங்களின் அதிகார பலத்தாலோ, விவாத திறமையாலோ உங்களின் செயலுக்காக பயன்படுத்துகின்றீர்கள் என்றால், உங்களிடம் அடிப்பணிந்தவருக்கு உங்களின் மீது மனக்கசப்பையே ஏற்படுத்தும். அதுமட்டுமல்லாது, அவர்களின் செயலும் உங்களின் வெற்றிக்கு உறுதுணையாகவும் இருக்காது.

உங்களின் வெற்றிக்கு மற்றவர்களை பயன்படுத்த எண்ணினால், முதலில் உங்களின் செயல் மூலம் அவர்களை கவருங்கள். முந்தைய வெற்றியின் அளவை அவர்களுக்கு புரி-யவைக்க முயற்சியுங்கள். நீங்கள் ஒரு திறமைவாய்ந்த தலைவன் என்பதை மனதில் விதை-யுங்கள். அதவே அவர்களை உங்களிடம் அழைத்துவரும்.

உங்களிடம் தர்க்கம், விவாதத்தில் ஒருவர் ஈடுபட்டால், அவர்களிடம் விவாதத்தில் ஈடு-படாதீர்கள். அவர்களின் நோக்கமே உங்கள் செயலை செய்ய விருப்பமில்லை அல்லது உங்களின் செயலை முறியடிக்க நினைக்கின்றார்கள் என்பதே பொருளாகும். அச்சமயத்தில் அவர்களை நீங்கள் அடிப்பணிய வைத்து அவர்கள் மூலம் நீங்கள் காரியங்களை செய்ய முற்பட்டால் தோல்வியே மிஞ்சும்.

மாறாக உங்களின் வெற்றிப் பெற்றச் செயல்களை கண்டு உங்களிடம் வந்தவர்களை மிக-வும் கண்ணியத்துடன் நடத்துங்கள். ஏனெனில் அவர்களே உங்கள் போர் தளபதிகள். அவர்-களை மட்டுமே பயன்படுத்தி வெற்றியினை காணுங்கள். அவர்களால் தான் அந்த செயல்

"

வெற்றி கண்டது என தெரியப்படுத்துங்கள்.

நீங்கள் ஒரு பணியாளராக இருக்கும் நேரத்தில், உங்கள் குழுத் தலைவர் சொல்லும் செயல்களின் தன்மையினை ஆராய்ந்து கொண்டே இருந்து, அதை அவர் சொல்வதை விட எப்படி சிறப்பாக செய்ய முடியும் என விவாதத்தில் அவருடன் ஈடுபடுவதை விட்டு, அக்காரியத்தை செய்யும் போது, நீங்கள் சொல்ல வந்ததை செயலில் நடைமுறைப்படுத்தி வெற்றியின் வழியாக அதை உணர்த்துங்கள்.

ஒரு கருத்தை புரியவைப்பதில் விவாதங்களை விட, செயல் மிகவும் சிறந்த வழி. எப்படி மீன் பிடிப்பது என சொல்லிக் கொடுக்கின்றேன், வாருங்கள் என சொல்லிக்கொண்டே இருப்-பதை விட, நீங்களே மீன் பிடிக்க ஆரம்பித்துவிட்டால், யாருக்கெல்லாம் மீன் பிடிப்பதை கற்றுக்கொள்ள ஆசையோ அவர்கள் உங்களிடம் தானாகவே வந்து சேர்வார்கள். எனவே செயலே துணை.

10

தொற்றை தொடேல்!

சிலரது வாழ்க்கையில் எப்போதும் நல்ல காரியங்களும், மகிழ்ச்சியான தருணங்களும் இல்-லாத ஒரு சூன்யமான வாழ்வோட்டமாகவே இருக்கும். அவர்கள் எப்போதும் தங்களை துர் அதிர்ஷ்டசாலியாகவே காட்டிக் கொள்வர். அவர்களது பேச்சில் எப்போதும் எதிர்மறையான எண்ணங்களே மிகுந்து இருக்கும். எப்போதும் சோகமாகவும், எதற்கும் மகிழ்ச்சி கொள்ளா-மல் தன்னையும், தன்னை சுற்றியுள்ளவர்களையும் வைத்திருப்பர்.

இப்படிப்பட்டவர்கள் கொடியத் தொற்று போன்றவர்கள். இவர்களை சார்ந்தவர்களையும் மிகவும் பலவீனமானவர்களாக மாற்றக்கூடியவர்கள். மனிதனின் மிகப்பெரிய பலமே, தோல்-விகளிலிருந்து மீண்டெழுவது ஆகும். ஆனால் அவர்கள் தங்களை எப்போதும் தோல்வியின் குழந்தை போலவே எண்ணிக்கொள்வர்.

இப்படிப்பட்டவர்களை நீங்கள், சந்திக்க நேர்ந்தாலோ, பழக வேண்டிய சூழல் வந்தாலோ, அவர்களிடம் போதுமான அளவு மட்டும் உடன்பட்டு இருங்கள். அவர்களுக்கு உதவும் நோக்கில் எதையாவது செய்கின்றேன் என்று செய்ய தொடங்கினால், நீங்களும் அவர்களின் நிலைக்கு தள்ளப்படுவீர்கள். அவர்களுக்கு வாழ்க்கையே பிரச்சனைகளால் ஆனது. அதை அவர்களே சரிசெய்ய முற்படாமல் தான் வாழுகின்றனர். அப்படிப்பட்டவர்களுக்கு உங்களால் உதவ முடியாது.

நீங்கள் உங்களின் தலைமை கீழ் இப்படிப்பட்டவர்களை நிர்வகிக்க வேண்டும் எனும் போது, அவர்களின் வாழ்க்கையில் உள்ள பிரச்சனைகளைச் சரிசெய்ய முற்பட்டீர்கள் என்-றால், அவர்களை மட்டுமே நீங்கள் உங்கள் எண்ணத்தில் வைத்துக் கொண்டிருக்க வேண்-டும். உங்களின் மற்ற காரியங்களை சரிவர செயலாற்ற முடியாமல் உங்கள் வாழ்விலும் தோல்விகளை சந்திக்க வேண்டியிருக்கும்.

பொதுவாக அவர்கள் வாழ்வில் ஏற்பட்ட பல சிக்கல்களுக்கு அவர்கள் மறைமுக-மாகவோ, நேரடியாகவோ அவர்களே காரணமாக இருக்க கூடும். அப்படிப்பட்ட சிக்கல் நிறைந்த மனிதர்களை துணை கொண்டு நம் வெற்றியை நோக்கிய பயணத்தை தொடர்வது என்பது மிகவும் ஆபத்தானது.

அவர்களுக்கு நிரந்தரமான நண்பர்கள், உறவுகள் மற்றும் தொழில் இருப்பதில்லை. மனம் முழுவதும் பேராசை, கோபம், பழிவாங்குதல், பொறாமை போன்ற குணங்களே அதிகம் நிரம்-

பிக் கிடக்கும்.

இப்போது நீங்கள் இதுமாதிரியான சூழலில் வாழ்கின்றீர்கள் என்றால், உங்களை அதிலி-ருந்து விடுபட்டு கொள்ள..

"புலம்புவதை நிறுத்துங்கள். உங்களின் கடந்த கால தோல்விகளை யாரிடமும் பகிர்ந்து கொள்ளாதீர். உங்களின் கடந்த கசப்பான சம்பவங்களுடன் ஒப்பிட்டு நிகழ்காலத்தில் கிடைக்கும் உண்மையான அன்பை இழக்காதீர். மகிழ்ச்சியான-வர்களுடன் அதிகம் இருங்கள். நீங்கள் தனிமையை உணரும் தருணங்களில் ஒளிர்ந்த நட்பை நாடுங்கள். உங்களின் கடந்தகாலத்தினை நினைவுப்படுத்தும் நபர்களை தவிர்த்து விடுங்கள். எப்போதும் நேர் எண்ணங்களை சொல்லும் நபருடன் பழகுங்கள்."

நமது முன்னேற்றத்தை நம்மை சுற்றி உள்ளவர்களும், அவர்களின் சூழலுமே முடிவு செய்-கின்றது. அப்படி இருக்கையில் அதை சரிவர அமைத்துக் கொள்ளவேண்டியது நமது கடமையாகின்றது. நமக்கு மகிழ்ச்சியும், துக்கமும் நம்மை சுற்றி உள்ளவர்களே அளிக்கின்-றனர். எனவே துன்பம் தரக்கூடிய இந்த தொற்றை தொடாமல் இருப்பதே வெற்றியின் விதி-யாகும்.

11

அணுவாய் ஆதிக்கம் செய்!

தேவை என்ற ஒன்றே உலகை ஆளுகின்றது. மக்களை மேலும் மேலும் உழைக்க வைக்-கின்றது. நீங்கள் தேவையில்லை என்றால் முதல் சந்தர்ப்பதிலேயே நிராகரிக்கப்படுகின்றீர்கள். இதை புரிந்த தலைவனே உலகை ஆளும் வல்லமை மிக்க சக்தியாக திகழ்கின்றான்.

மிகச்சிறந்த தலைமைப்பண்பு கொண்ட ஒருவர் எப்போதும் தன்னை சார்ந்தவர்களை எப்போதும் கண்ணியத்துடனும், மகிழ்ச்சியாகவும் வைத்திருக்க விருப்புவர். இதனால் தன் கீழ் பணியாற்றுபவர்கள் தன்னை எப்போதும் சார்ந்திருப்பார்கள் என்பதையும் நன்றாக அறிவர்.

உங்களின் ஆளுமையை திறம்பட கையாள எப்போதும் நீங்கள் இல்லாமல் அவர்களால் எந்த ஒரு காரியத்தையும் திறம்பட முடிக்க முடியாத வண்ணம் பார்த்துக்கொள்ளுங்கள். அது எவ்வாறு எனில், உங்களின் கீழ் பணியாற்றும் சக நண்பர்களுக்கு எது தேவையோ அதை மட்டும் கற்றுக்கொடுங்கள், ஆனால் அதில் மிக முக்கியாமான ஒன்றை உங்களிடம் வந்து பரிசிலிக்க சொல்லுங்கள், அந்த நேரத்தில் அதை செயல்படுத்தும் விதத்தை மட்டும் சொல்லி கொடுங்கள், அதன் சூட்சமத்தை நீங்கள் மட்டும் அறிந்திருங்கள். இப்படி செய்ய-வதன் மூலம் எப்போதும் அவர்கள் உங்களை சார்ந்திருப்பதை உறுதி செய்கின்றீர்கள்.

உங்களை பின் தொடர்பவர்களுக்கு, ஒரு செயலை செய்ய கற்றுக் கொடுக்கும் பொழுது, அதில் மிக முக்கியமான இடத்தில் அவர்களுக்கு நீங்கள் நேரடியாக முடித்து வைக்க உட்ப-டுங்கள். அப்போது அந்த செயல் மிகவும் கடினமானது எனவும், அதை உங்களால் மட்டுமே செய்ய முடியும் என நம்பிக்கைக் கொடுங்கள். இப்போது அவர்களின் ஒவ்வொரு அணுவி-லும் நீங்கள் ஆதிக்கம் செய்யத் தொடங்குகின்றீர்கள்.

உங்களின் ஆளுமையை திறம்படச் செயலாற்ற..

- உங்களின் அதிகாரத்தின் மூலம் திறமையாக செயலாற்றக்கூடிய ஆனால் மனதளவில் பலவீனமானவர்களை தேர்ந்தேடுங்கள் : உங்களின் வேலையினை திறம்பட செய்ய ஏற்கனவே அதிகாரத்தில் உள்ளவர்களை தேர்ந்தேடுக்காதீர், அவர்கள் உங்களின் தற்போதைய அதிகாரத்தையும் சேர்த்து அபகரிக்க கூடும்.

- எந்த ஒரு வற்புறுத்தலும் இல்லாமல் உங்களுடன் இணைந்து பணியாற்ற நினைப்போரை உடன் வைத்துக் கொள்ளுங்கள்: இவர்களுடன் மட்டுமே நீங்கள் உங்களின் தேவையை

சரிவர செய்து முடிக்க முடியும். மேலும் அவர்கள் ஒரு போதும் உங்களை தாண்டிய சிந்தனையை வளர்த்து கொள்ளமாட்டார்கள்.

- உங்களுக்கு மேல் இருக்கும் அதிகாரிகளின் வேலையை தானாகவே நீங்கள் முன்வந்து, அவர்களின் விருப்பத்தின் மூலம் அவர்களுக்கு உதவ முயற்சியுங்கள்: இதன் மூலம் உங்களின் கீழ் பணிசெய்பவர்கள், நீங்கள் மிகப்பெரிய பலம் வாய்ந்தவர், மற்றும் தலைமைப் பொறுப்பில் இருப்பவர்களுக்கே நீங்கள் தான் உதவுகின்றீர்கள் என்ற எண்ணம் உதிப்பதோடு மட்டுமல்லாது, நீங்கள் ஒரு மிகப்பெரிய பலம் கொண்டவர் என்ற அசைக்கமுடியாத ஆர்வத்தை விதைக்கின்றீர்கள்.

- உங்களின் தோற்றம் எப்போதும் மேன்பட்ட திறனை வெளிக்காட்டுவதாக அமைத்து கொள்ளுங்கள்: உங்களுக்கு மேலே இருக்கும் அதிகாரிகள், நீங்கள் இல்லாமல் ஒரு காரியத்தையும் செய்யமுடியாது எனும் எண்ணத்தையும், உங்களுக்கு கீழே உள்ளவர்களுக்கு நீங்கள் ஒரு சக்திவாய்ந்த தலைவர் என்பதையும் உணர்த்தும்.

- எப்போதும் மேல் அதிகாரிகளுடனே இருக்க விரும்பாதீர்கள், மாறாக உங்களின் பலமான செயல் மற்றும் எண்ணங்கள் தேவைப்படும் இடங்களில் செயல்படுங்கள்: இப்படி செய்வதன் மூலம் உங்களின் தனித்தன்மை வெளிப்படுவது மட்டுமல்லாது, உயரிய நிலைக்கு செல்லும் பாதையாகவும் இது அமைகின்றது.

- உங்களின் தனித்தன்மையை எல்லோரும் விரும்பும்படி அமைத்துக் கொள்ளுங்கள்: மாறாக உங்களிடம் எல்லோரும் அன்பு செலுத்தவேண்டும் என்று எண்ணாதீர்கள்.

- எப்போதும் பரஸ்பர சார்பு நிலையில் உங்களை நிலை நிறுத்துங்கள்: இது உங்களை ஒருதலை பட்சமாக காட்டாமல் எல்லோருக்கும் நன்மை பயக்கும் நடு நிலையாளராக உங்களை காட்ட உதவும்.

- எப்போதும் உங்களை சுற்றி இருப்பவர்களை மகிழ்ச்சியுடனும், கண்ணியத்துடனும் நடத்துங்கள்.

இப்படிப்பட்ட தகுதிகளை வளர்த்துக்கொண்டாலே போதுமானது நமது வெற்றி என்பது வாழ்க்கை முழுவதும் வரக்கூடிய பொன்னான நாட்களாக மாறிவிடும்.

எப்போதும் ஏகலைவனிடம் கட்டை விரலை காணிக்கையாக கேட்ட துரோணாச்சாரியார் போல இருக்க வேண்டியது வெற்றியின் முக்கியமான விதையாகும்

12

நேர்மையே ஆயுதம்!

நேர்மையான ஒரு செயல் அல்லது எப்போதும் விதிமுறைகளை சார்ந்த அணுகுமுறை ஒரு-வரை மிகவும் திறம்பட செயலாற்ற உதவுவதோடு, அவர்கள் மேலும் எந்த ஒரு ஆயுதத்-தையும் கையில் ஏந்தாமல் எதிரிகளை அழிக்க வல்ல சக்தியாக அமைகின்றது.

நீங்கள் ஒருவருக்கு தீமையை அல்லது தீங்கை செய்தால் அவர் அதைவிட அதிகமாக தீங்கு விளைவிக்கும் ஒரு செயலை உங்களுக்கு பரிசாக அளித்துவிடுவார். அதே நீங்கள் ஒருவருக்கு நேர்மை என்னும் பரிசை கொடுத்தீர்கள் என்றால், அவர் திருப்பி உங்களிடம் நேர்மையாக நடத்துகொள்ளாவிட்டாலும், கண்டிப்பாக தீமை செய்ய முற்படமாட்டார்.

எப்போதும் எடுப்பதற்கு முன்னால் கொடுக்க பழகுங்கள். இதன் தன்மையை உணராத-வர்களே இவ்வுலகில் இல்லை எனலாம். காரணம் நாம் எங்கு சென்றாலும் எதை செய்-யாலும் நமக்கு முதலில் என்ன கிடைக்கும் என எண்ணுவோம். அது இலாபத்தை தரு-வதாக இருந்தால் மட்டுமே மேற்கொண்டு செயலை செய்ய முற்படுவோம். இதை எதிர் பக்கம் நின்று காணும் போது எண்ண தோன்றும் என்றால், யாரேனும் ஒருவர் தமக்கான செயலை செய்வதற்கு முன்னர் ஏதோ ஒன்றை எதிர்பார்கின்றனர், அது அவர்களுக்கு முன்-னரே கிடைக்கும் பட்சத்தில் அதைமேலும் திறம்பட செய்து முடிக்கின்றனர். இதையே நாம் எடுப்பதற்கு முன்னால் கொடுங்கள் என்று இங்கு காண்கின்றோம்.

ஒருவருடனான முதல் சந்திப்பில் உங்களின் தேர்ந்தெடுக்கப்பட்ட நேர்மையைப் பயன்-படுத்துங்கள். முதல் கோணல் முற்றிலும் கோணல் என்பதற்கேற்ப ஒருவருடனான முதல் சந்திப்பில் அந்த நேரத்தில் அவர் நம்மிடம் எதிர்பார்ப்பது என்ன என்பதை அறிந்து அதை மிகவும் சரியான முறையில் பயன்படுத்தி பின் அதற்கான செயலை செய்து முடிப்போம் என்றால், அவருடைய மனதில் நமது நேர்மை நிலைப்பெற்று நிற்கும்.

நேர்மையின் வெளிப்பாடாக எப்போதும் உங்களின் நடத்தை, மற்றும் செயல்களில் காட்-டிகொண்டே இருங்கள். முடிந்த வரை நீங்கள் ஒரு வெளிப்படையானவர் என்ற நன்பகத்-தன்மையை உங்களிடம் வேலை செய்பவர்களுக்கு உணர்த்துங்கள்.

முடிந்த வரை சிறிய பரிசுகளை அளித்துக் கொண்டே இருங்கள். இது உங்களை கொடை வள்ளலாக காட்டுவதோடு, உங்களின் இரக்க குணத்தையும் வெளிப்படுத்துகின்றது. பரிசுகளின் மீதான ஆசை உங்கள் எதிரிக்கும் உண்டு என்பதை உணருங்கள். பரிசுகள்

மனதை சாந்தப்படுத்தும். மேலும் நல்லுறவை வலுப்படுத்துகின்றது. பரிசு தருவது பொரு-ளாகவோ, பணமாகவோ மட்டுமே இருக்க வேண்டிய அவசியமில்லை, பாராட்டுகளாக கூட இருக்கலாம்.

உங்களின் தந்திரங்களை எச்சரிக்கையுடன் கையாள பழகுங்கள். சில சமயங்களில் தந்-திரமான நடவடிக்கைகள் உங்களின் நன்மதிப்பை கெடுத்துவிடலாம். சிறு சங்கடங்களும் அவர்கள் உங்கள் மீது வைத்திருந்த நம்பிக்கையை உடைக்கச் செய்யும்.

சிறிய புழுவை தூண்டிலிட்டு பின் மிகப்பெரிய மீனை பிடிக்கும் தந்திரத்தை கற்றுக்-கொள்ள வேண்டியது ஒரு மிக பெரிய தந்திரமாகும். அதில் உங்களின் நேர்மை, கொடை, பரிசு, நன்பகத்தன்மை போன்றவற்றை ஆயுதமாக (புழுவாக) பயன்படுத்தினால் எதிரி யாராக இருந்தாலும், உங்கள் முன்னால் நிராயுதபாணியாகத்தான் நின்று தோற்றுப்போவார்.

13

ஆசையே தூண்டுகோல்!

உங்களுக்கு தேவையான ஒரு செயலை செய்ய மற்றவரிடம் உதவி கேட்கின்றோம் என வைத்து கொள்ளுங்கள், அவர் இப்போது உங்களுக்கு உதவமுடியாது என்கின்றார் என்றால், நீங்கள் என்ன செய்வீர்கள்? நீங்கள் இதற்கு முன்னர் அவருக்கு என்ன? என்ன? உதவிகள் செய்தீர்கள் என்று பட்டியலிட்டு அவரிடம் சொல்லி உங்களுக்கு இப்போது உதவுமாறு கேட்பீர், அல்லது உங்களின் இயலாமை, இப்போதைய சூழ்நிலையில் இன்னல் போன்றவற்றைச் சொல்லி அவர்களிடம் உதவியை வேண்டுவீர்கள். அப்போதும் கூட அவர்கள் உங்களுக்கு உதவ முடியாது என சொல்ல வாய்ப்பு உள்ளது. இப்படிப்பட்ட சூழ்நிலைகளை கையாள யாசகம் கேட்பதை விட, அவர்களின் ஆசையை தூண்டுவதன் மூலம் உங்களின் காரியங்-களை அவர்களைக் கொண்டே சாதிக்க முடியும்.

சுய ஆர்வமே ஒருவரை மிகப்பெரிய செயல்களை செய்ய தூண்டும் தூண்டுகோல் ஆகும்!. நீங்கள் ஒருவரை உங்களின் செயலுக்காக பயன்படுத்த நினைக்கின்றீர்கள் என்-றால், முதலில் அவர்களின் தேவை என்ன என்பதை அறிந்து கொள்ளுங்கள், பின்னர் உங்களுக்கான செயலை செய்யும் நிலையில் அவரின் அன்றாட பணிகளுக்கு இடையூறு இல்லாதவாறு உங்களுக்கான செயலைச் செய்ய முற்படுத்துங்கள்.

உங்களுக்கு உதவிட ஒருவர் நினைக்கும் நிலையில், அதற்கான காரணம் உங்களின் மீது காட்டும் கருணை, நன்றியுணர்வுகளாக இருக்கக் கூடாது. அப்படி இருக்கும் சமயத்தில் அவர் சரியான முறையில் செய்ய முடிக்காமல் இருக்க வாய்ப்புகளை ஏற்படுத்துகின்றது.

கடந்த கால நிகழ்வுகளை தவிர்த்திடுங்கள்:நல்லதோ கெட்டதோ, நடந்து முடிந்த செயலை பகடையாக உபயோகிக்காமல், அவரின் நிகழ்கால சூழ்நிலையினை மனதில் கொண்டு அனுகுங்கள். எப்போதும் உங்களுக்கு அவர்கள் நன்றியுணர்வுடனும், கருணை-யுடனும் செயல் பட வேண்டும் என்று ஒரு போதும் வற்புறுத்த வேண்டாம். அவர்களின் மனதை காயப்படுத்தி எந்த ஒரு காரியத்தையும் செய்ய வைக்க வேண்டாம். அது உங்கள் மீது வெறுப்பையும், நற்பெயரையும் கெடுக்கவல்லது.

உங்களின் ஆசையை திணிக்காதீர்கள்:எப்போதும் நீங்கள் ஆசைப் படுவதெல்லாம் நடந்-துவிடும் என்று அதிக நம்பிக்கை வைக்காதீர்கள். அதே போல உங்களின் ஆசைகளை எல்லோரிடமும் எப்போதும் பேசிக்கொண்டே இருக்க வேண்டாம், அது உங்களால் நிறை-

வேற்றப்படாத செயலாக (தோல்வி) தோற்றம் அளிக்க ஆரம்பித்துவிடும். எல்லோரும் சுய-நலவாதிகளே என்பதை எப்போதும் மறந்துவிடவேண்டாம்.

அவர்களின் ஆசையாக நீங்கள் மாறுங்கள்:எப்போதும் உங்களின் ஆசை, கனவு என்றே சிந்தனைகளில் சிக்காமல், மற்றவர்களின் ஆசை, கனவு என்ன என்பதை அவர்களாக இருந்து யோசிக்க பழகுங்கள். இதுவே எளிதில் ஒருவரை உங்கள் வசம் இணைக்க பயன் படும் தந்திரமாகும்.

சுய ஆர்வத்தை தூண்டுங்கள்:உங்களின் செயலால் மற்றவர்களின் ஆர்வத்தை தூண்ட ஆரம்பித்துவிட்டால், எளிதில் உங்களுடன் இணைந்து பணியாற்றவேண்டும் என்ற எண்ணம் அவர்களின் ஆழ்மனதில் வர ஆரம்பித்துவிடும். பின் உங்களுக்கான செயல்களை எளிதில் அவர்களிடம் பெறமுடியும்.

உங்களுக்காக இரக்கப்பட்டு காரியத்தை செய்ய வருவதை காட்டிலும், உங்களால் சுய ஆர்வம் தூண்டப்பட்டு செய்ய வருபவரின் செயலே, திறம்பட அமைவதோடு , உங்களு-டனான நல்லுறவும் நெடுங்காலும் நீடித்து இருக்கும்.

எப்போதும் உங்களின் மேல் அதிகாரிகளிடம் நீங்கள் செய்து கொண்டிருக்கும் செயலை முடிக்க உதவியை கேட்காதீர். அவர்கள் பெரும்பாலான நேரங்களில் முழு செயலையும் அவர்களே செய்து முடித்தது போல பொது இடங்களில் காட்டிக்கொள்ள முயற்சிப்பர். இதனால் நீங்கள் எண்ணியது நிறைவேறாமல் போக வாய்ப்புள்ளது.

ஒருவர் உங்களுக்கான செயலை செய்ய நினைக்கும் போது அதில் உங்களுக்கு என்ன லாபம்? என ஆராயும் வாய்ப்பை அளிக்காமல், அதனால் அவர்களுக்கு என்ன ஆதாயம் என புரியும்படி செய்யுங்கள்!. உங்களுக்கான வெற்றியினை மற்றவர்கள் பெற்று தருவார்கள்

14

உளவாளியாக உறவாடு!

நமக்கு நிரந்தர நண்பனும் கிடையாது, எதிரியும் கிடையாது என்பதை ஓரளவுக்கு இப்போது புரிந்துக் கொண்டிருப்பீர்கள். எதிரியையும் நமக்காக பயன்படுத்துவது எப்படி என்பதை அறிந்த நீங்கள், இப்போது எப்படி நம்முடன் இருப்பவர்களில், யார் நமக்கு எதிரான நடவடிக்கைகளில் ஈடுபடுகின்றனர் என்பதை அறிந்துக் கொள்வது என காணப்போகின்றோம்.

பொதுவாக நமக்கு நேராகவோ இல்லை மறைமுகமாகவோ ஒருவர் எதிராக செயல் படுகின்றார் என அறிந்தால் முதலில் நாம் செய்யவிருக்கும் காரியம் என்ன என்றால், அவர்களுடன் பழகுவதை நிறுத்திக் கொள்வது. எல்லா தருணங்களையும் தனக்கு சாதகமாக பயன்படுத்தி வெற்றியை அடைய நினைப்பவர்கள், எப்போதும் இந்த தவறை செய்ய துணியமாட்டார்கள். மிகப்பெரிய ஆளுமையை தனக்குள் கொண்ட சாதனையாளர்கள் எப்போதும் தன்னை சுற்றியுள்ள ஒவ்வொரு தனி மனிதரையும், அவர்களின் செயல்களையும் நுணுக்கமாக கவனிப்பதோடு மட்டுமல்லாது, அவர்களுடன் எப்போதும் இணக்கமான உரையாடலை மேன்படுத்திக்கொண்டே இருப்பர்.

உறவாடி கெடு என்ற சொல்லாடல் தமிழில் உள்ளதை நீங்கள் அறிந்திருக்க கூடும். இதை நமது நன்மைக்காக நல்வழியில் பயன்படுத்துவது எப்படி என காண்போம்.

முதலில் யாரையும் உடனடியாக உங்களின் எதிரி என தீர்மானத்திற்கு வரவேண்டாம். காரணம் உங்களை பாதிக்கும் செயலை அவர்கள் செய்ய காரணம் என்ன என்பதை ஆராயுங்கள், அவரை அச்செயலை செய்ய தூண்டிய காரணம் என்ன? அல்லது யார் எனும் உண்மையினை காணுங்கள். இது உங்களால் முடியவில்லை என்றால், அவர்களுடன் இன்னும் நெருக்கமான நல்லுறவை ஏற்படுத்துங்கள்.

- சில விலைமதிப்பற்ற தகவல்கள் கிடைக்கபெறும்.
- அவர்களின் நல்ல மற்றும் தீய நிகழ்வுகளை நேரடியாக அறியமுடியும்.
- மற்றவர்களை அவர்கள் எவ்வாறு தந்திரமாக அணுகுகின்றனர் என்பதை அறியும் போது, அதே மாதிரியான செயல்களை உங்களிடம் வெளிப்படுத்தியுள்ளாரா என்பதை ஆராய முடியும். பொது விவாதங்களின் போது அவர்களை அதிகம் பேசவிடுங்கள், இதன் மூலம் அவர்களின் பெரும்பாலான எண்ணங்கள் வெளிப்படும்.

- எப்போதும் அவர்களின் உரையாடல்களுக்கு செவிக்கொடுங்கள். அவர்களின் துக்கமான நேரங்களில் கூடவே இருக்க முயலுங்கள், அதுவே அவர்கள் உண்மையை உரைக்கும் தருணம் என்பதை மறக்காதீர்கள்.
- உண்மையான செய்திகளை மட்டுமே அவரிடம் பகிர்ந்து கொள்ளுங்கள், இது உங்களின் நன்பகத்தன்மையை மேலோங்கச் செய்யும். இதன் அடிப்படையிலேயே நீங்கள் நேர்மையானவர் என்பதை நம்ப செய்து அவர்களின் எண்ணங்களை ஒளிவுமறைவின்றி உங்களிடம் சொல்ல வழிவகுக்கும்.
- உங்களைச் சுற்றி இருப்பவர் என்ன நினைக்கின்றனர் என்பதை உங்களுக்கு சொல்லும் மூன்றாம் கண்ணாக அவர்கள் உங்களுக்கு செயல்படுவார்கள். இது உங்களை மேலும் தீர்க்கமான தந்திரங்களை செயல்படுத்த உதவுகிறது.

எந்த தருணத்திலும் உங்களின் இந்த நடவடிக்கை அவர்களுக்கு தெரியாத வண்ணம் பார்த்து கொள்ளவேண்டும். அப்படி அறியும் பட்சத்தில் உங்களைப் பற்றிய செய்திகளை அவர்கள் மற்றவர்களிடம் கூற வாய்ப்புகள் உள்ளது.

நீங்கள் ஒருபோதும் உங்களின் நடவடிக்கைகளில் அவர்களை சுற்றியே இருக்கும்படி காட்டி கொள்ளாதீர். ஒரு சரியான தருணம் வரும் வரை அவரின் தவறுகளை உங்களின் மேலதிகாரிகளிடம் காட்டிக் கொடுக்காதீர்கள் மேலும் பழிவாங்கவும் எண்ணாதீர்கள். நீங்கள் தேர்ந்தெடுக்கும் ஒரு சந்தர்ப்பம் அவர் மேல் நீங்கள் எடுக்கும் இறுதியான செயலாக இருக்க வேண்டும், அவ்வாறு இல்லை என்றால் அவர் உங்களின் முதல் எதிரியாகவும் உங்களை எளிதில் வீழ்த்தக்கூடிய பலமானவராகவும் மாற வாய்ப்புகள் அதிகரிக்கும்.

எப்போதும் எதிரிகளுடனே போராடுவதை விட எதிரிகளுடன் வாழுங்கள் சரியான நேரங்களுக்காக. வெற்றி எப்போதும் உங்கள் கையில்.

15

பொடிப்பட தாக்கு!

நீங்கள் மிகவும் நல்லிணக்கம், கருணை, பாவம், பழி போன்றவற்றில் நம்பிக்கை மிக்கவராக இருப்பின் முடிந்த வரை, உங்களின் எதிகளை நீங்கள் அழிக்க முற்படாவண்ணம் இருப்பது நல்லது. காரணம் இப்போது நாம் அறிந்து கொள்ளப் போவது அதற்கு முரணான கருத்து-களே ஆகும்.

நமக்கு கீழ் வேலை செய்பவர்களை எப்போதும், எவ்வாறு நமக்கு சாதகமாகவே பயன் படுத்திகொள்வது என்பதை நன்றாக அறிவோம். சில நேரங்களில் அதை தாண்டியும் அவர்-களை நம்மிடத்திலிருந்து அகற்ற வேண்டிய சூழ்நிலை அமையும். அந்த சமயத்தில் நீங்-கள் மிகவும் நம்பிக்கை வைக்கும் நல்லிணக்கம், கருணை, பாவம் போன்றவற்றை பார்த்துக் கொண்டிருந்தால் நீங்கள் தான் அவர்களிடம் தோல்வியை தழுவ வேண்டியிருக்கும்.

இப்படிப்பட்ட குணாதிசயம் மிக்கவராக இருந்தால் கண்டிப்பாக நீங்கள் இந்த வெற்றியின் விதியினை பயன்படுத்த வேண்டாம்.

நீங்கள் வேறு வழியே இல்லை, இனி அவர்களை நம்மிடத்திலிருந்து நீக்குவதுதான் சரி-யான தீர்வு என முடிவுக்கு வரும் போது..

- ஒருவர் உங்களுக்கு எதிராகச் செயல்படுகின்றார், உங்களின் பதவிக்கு அவர் ஆசைப்படுகின்றார், சுற்றியிருப்பவர்களிடம் உங்களை பற்றிய பொய்யான தகவல்களை பரப்புகிறார் என தெரிந்து கொள்கின்றீர்கள் என வைத்துக்கொள்வோம். அப்போது உங்களின் சரியான திட்டால் அவரை அழிக்க செயல்படுகின்றீர்கள் என்றால் அதை செவ்வனே முடிக்கும் முன்னர் அதிலிருந்து விலகாதீர்கள். உங்களின் செயலால் அவர் துன்பப்படுகின்றார் என பாவப்பட்டு இனி எதுவும் செய்யாமல், இதுவரை செய்ததே போதும் என பின்வாங்காதீர். கண்டிப்பாக உங்களால் ஏற்பட்ட வலியிலிருந்து அவர்கள் மீண்டுவந்து உங்களை மறுபடியும் மிக பெரிய பலம் கொண்டு தாக்க முற்படுவர். எனவே பாவம் காட்டாதீர்கள்.

- நீங்கள் ஒருவருக்கு பாடம் புகட்ட எண்ணி அவருக்கு எதிராக காரியங்களைச் செய்ய ஆரம்பிக்கின்றீர்கள், உங்களின் சில நடவடிக்கைகளிலேயே அவர் தனக்கு நேரும் இன்னல்களை கண்டுக் கொள்கின்றார். அப்போது அவர் தன் செயலுக்கு வருத்தம

தெரிவித்து, இனிமேல் உங்களின் செயல்களுக்கு இடையூறாகவும், பாதகம் விளைவிக்க கூடியச் செயல்களை செய்யமாட்டேன் என்று கூறுகின்றார் என வைத்துக்கொள்வோம். அப்போது நீங்கள் அவரிடம் இனிமேல் நாம் நல்லிணக்கமாக செல்லலாம் என்று மன்னித்து அரவணைக்க வேண்டாம், அது காலை சுற்றிய பாம்பாக தான் இருக்கும். என்பதை புரிந்துக் கொள்ளுங்கள்.

- எப்போதும் ஒருவரை உங்களின் செயல்களினால் தாக்க முற்படும் வரை சிந்திக்கலாம், செயல் படுத்த ஆரம்பித்த பின்னர், எப்போதும் எந்த காரணத்திற்காகவும் பின் வாங்க கூடாது. ஏனெனில் இப்போது அவருக்கு நீங்கள் தான் எதிரி என்பது நன்றாக தெரிந்துவிடுகின்றது. மேலும் நீங்கள் செய்யும் செயலின் தன்மையையும் அவர் அறிந்துக்கொள்கின்றார். இப்போது முழுமையாக அவரை அழிக்க முற்படாமல் விட்டுவிட்டால், கண்டிப்பாக அவர்கள் உங்களை அழிக்க மிகவும் அதிகமான பலத்துடனும், சரியான தந்திரத்துடனும் தாக்க முற்படுவர்.

எதிரியை அழிக்க நீங்களே முன்னின்று போர் தொடுக்க வேண்டிய அவசியமில்லை. ஏனெனில் அவர்களே தங்களை தவறானவராக காட்டிக் கொள்ள சூழ்நிலைகளை நீங்கள் அமைத்திடுங்கள். எதிராளி தவறு செய்யும் போது அதை ஊக்கப்படுத்துங்கள், அல்லது தவறை சுட்டி காட்டாமல் இருந்து விடுங்கள், அதுவே அவர்களை பலவீனப்படுத்தி, உங்-களை விட சக்தி குறைந்தவராக காட்டிவிடும்.

முடிந்தவரை போராடுங்கள், இனி அழிப்பதே முடிவானது என்றால் பொடிப்பட தாக்குங்-கள்.

16

மறைவே மரியாதை!

நீங்கள் வழிநடத்தும் குழுவிற்கோ, நீங்கள் சார்ந்துள்ள பணியில் உள்ள நிறுவனத்திலோ, நீங்கள் அங்கம் வைக்கும் இடத்திலோ உங்களின் நற்மதிப்பு கிடைக்க பெற்றவுடன், அந்த இடத்திலிருந்து சிறிது காலத்திற்கு விலகியிருங்கள். அப்போதுதான் உங்களின் தேவையை அவர்கள் மறுபடியும் உணர வாய்ப்புகள் கிடைக்கும்.

நமக்கெல்லாம் தெரிந்த செய்தி, கடவுள் எல்லா இடங்களிலும் நிறைந்துள்ளார் என்பது. இருந்தும் அனைத்து மதங்களிலும் கடவுள் வழிபாட்டுக்கென தனியாக இடங்கள் கட்டப்பட்-டுள்ளன. அதில் கடவுள்களின் சிலை வைக்கப்பட்டிருக்கும். நம்மால் அனைத்து நேரங்களி-லும் வழிப்பட முடியாது. அதற்கென அமைக்கப்பட்ட நேரங்களில் மட்டுமே நம்மால் தரிசிக்க முடியும். இதன் காரணம், சில விஷயங்களை எப்போதும் கேட்டுக் கொண்டே இருந்தாலோ, பார்த்துக் கொண்டே இருந்தாலோ அதன் மதிப்பு குறைய தொடங்குகின்றது.

நாம் சில பிரபலங்கள் பங்கேற்கும் நிகழ்ச்சிகளை காணவோ, கலந்துக் கொள்ளவோ ஆசைப்படுவோம் அதற்கு காரணம், அவர்களை எளிதில் காணமுடியாததும், அவர்கள் மிக-வும் குறைவாகவே பொதுமக்கள் பங்கேற்கும் நிகழ்சிகளில் கலந்துக் கொள்வதும், மேலும் அவர்களை பற்றி செய்திகள் மிகவும் குறைவாகவே நாம் கேட்பதுவுமே காரணம்.

அதைவிடுத்து அவர்களை நாம் எந்த ஒரு நிகழ்ச்சியிலும் காணமுடியும் அல்லது அவர்-களை பற்றிய செய்திகள் அதிகம் கேட்கின்றோம் என்றால், அவர்களை காணும் ஆர்வம் குறைவதோடு, அவர்களின் மீதான மரியாதையும் குறைய தொடங்குகிறது.

நமது மரியாதை மற்றும் நற்பெயரை காத்து கொள்ள, நமது செயல்பாடுகள் தேவையான இடங்களில் தேவையான நேரங்களில் மட்டுமே கலந்துக் கொள்ள வேண்டும். இதனால் நாம் செய்யும் காரியத்தின் முக்கியத்துவமும், நமது நற்பெயரும் உயரும். இன்னும் சொல்ல போனால், நாம் ஒரு முக்கியமான செயலை செய்யும் மிக முக்கியமான நபராக நாம் இருக்-கும் இடத்தில் தெரிய வேண்டும்.

இதை ஆரம்ப கால கட்டங்களில் செய்ய கூடாது. ஒரளவிற்கு உங்களின் செயல்கள் முக்கியத்துவம் பெற தொடங்கியவுடன் இப்படி செய்வதை செயல்படுத்த ஆரம்பிக்கலாம்.

பொதுவாகவே காதலில் அன்பு என்பது ஆணும் பெண்ணும் அருகினில் இருக்கும் பொழுதை விட, அவர்கள் சந்திக்காமல் ஒருவரை ஒருவர் நினைத்து தொலைவினில்

வாழும் போது அது மிகப்பெரிய அன்பின் கடலாக கட்டமைத்து கொள்கிறது.

இதைதான் இங்கு செய்ய வேண்டும். நமது நற்பண்புகளால் நம்மை சார்ந்தவர்களிடம் நல்ல எண்ணங்களை நம்மேல் உதிக்க வைத்தப்பின்னர், அவர்கள் நம்மை காண அல்லது நமது செயல்களுக்காக ஏங்க வைக்க வேண்டும். அவர்களை நம்மை நோக்கி வரவழைக்க வேண்டும். அப்போதுதான் நாம் அங்கு இல்லதாதன் இழப்பை அவர்கள் உணர்வார்கள்.

இங்கு கவனிக்கப்படவேண்டியது என்னவென்றால், நாம் நமது நற்பெயரை மேலும் உயர்த்தி கொள்ளவே இதை செய்கின்றோம் என்பதை கட்டாயம் அறிந்து கொள்ள வேண்-டும். ஒழித்து வைத்த பொருள்களின் மேலேதான் எல்லோருக்கும் ஆசை வரும் அதை-தான் இங்கு செய்கின்றோம். தேவையில்லாமல் எல்லோரிடத்திலும் காலத்தை வீணடிக்கும் அரட்டைகளில் ஈடுபடாமல், அவர்களின் தேவைகளுக்கு மட்டும் உதவிவிட்டு, அந்த இடத்-திலிருந்து நகருங்கள். அவர்களின் பாராட்டுகளுக்கு செவிக் கொடுத்து மீண்டும் மீண்டும் அதையே அவர்களுக்கு செய்வதை தவிர்த்து அவர்களை உங்களிடத்திற்கு வரவையுங்கள்.

மறைவே மரியாதை, மரியாதையே நாம் நமக்காக சேர்த்து வைக்கும் தர அடையாளம். அதை பெற்ற பின் நாம் எவ்வாறு? எங்கு? எப்படி காட்டிக்கொள்கின்றோம் என்பதிலேயே நமது நிலைத்திருக்கும் தன்மை அறியப்படுகிறது.

17

உன்னை யார் அறிவார்?

உங்களின் ஒவ்வொரு செயலும், அதை எவ்வாறு எதிர்கொள்ளுகின்றீர்கள், எந்த எந்த வழிகளில் அதை செயலாற்றும் முறைகளை கையாளுகின்றீர்கள் என்பதை உங்களை சுற்றி இருப்பவர்கள் அறிந்துகொண்டுதான் இருக்கின்றார்கள் என்பதை எப்போதும் நினைவில் வைத்துக் கொள்ளுங்கள். இதையேதான் நீங்கள் மற்றவர்களை காணும் கண்ணோட்டமும் ஆகும்.

சில நபர்கள் எப்போதும் ஒரே மாதிரியான முடிவுகளையும், ஒரே மாதிரியான செயல் திட்டங்களையும் கையாளுவதை கண்டிருப்போம், அப்போது நமக்கு தோன்றுவது என்ன என்றால், அவர் இதைதான் செய்யப் போகின்றார் என்று எனக்கு அப்போதே தெரியும் என்ற கணிப்பு உங்களுக்கு வந்துவிடும். எப்போதும் அவர் செய்ததையே திரும்ப திரும்ப செய்வதினால் அவரது ஆளுமையின் தன்மை கேள்வியாகின்றது.

மேலும் அவரின் நடவடிக்கைகளை நாம் முன்னரே அறிய தொடங்கியதால், அவரை எளிதில் வீழ்த்திவிடவும் முடியும். இப்படி ஒரே மாதிரியான நடவடிக்கைகள், பேச்சு, செயல், திட்டங்கள் என இருக்க ஆரம்பித்து விட்டால், நீங்கள் ஒரு தலைமையாளராக இருக்கும் சமயத்தில், நீங்கள் இப்படிதான் எனற உங்களின் முழு தோற்றமும் அனைவருக்கும் தெரிந்-துவிடும். நீங்கள் உங்களின் கீழ் உள்ளவர்களை செயல்படுத்துவதிலும், அவர்களிலிருந்து தனிதன்மை வாய்ந்தவராக இருப்பதிலும் தோல்வியடைகின்றீர்கள்.

தனித்தன்மை என்பது நமது ஒவ்வொரு செயல்களிலும் நாம் காட்டும் வெவ்வேறு வித-மான செயல் திட்டங்கள், அணுகுமுறைகள், பங்களிக்கும் விதம், மாறுபட்ட சரியான எண்-ணங்கள் போன்றவற்றை குறிக்கின்றது. இப்படிப்பட்ட மனிதராக நாம் செயல் பட தொடங்-கினாலே வெற்றி நம்மை நோக்கி பயணிக்க ஆரம்பிக்கின்றது.

"1974, அக்டோபர் 30, ஹெவிவெட் சேம்பியனான ஜார்ஜ் போர்மென் உடனான முகமது அலியின் குத்துச் சண்டை போட்டி மிகவும் பிரபலாமனதற்கு காரணம் முகமது அலியின் வெற்றி மட்டும் அல்ல அதில் அலி பயன்படுத்திய யுக்தியும் காரணமாகும். பொதுவாக குத்துச் சண்டையில் மிகவும் வலிமையான குத்துக்களை முகங்களில் பெற்று ரத்த காயங்களுடன் தோல்வியுற்றவர் நாக்வுட்

முறையில் வெளியேறியதை நாம் பார்த்திருப்போம்.

முகமது அலி தான் மோதுவது மிகவும் பலம் வாய்ந்த சாம்பியன் போர்மென் என தெரிந்து கொண்டு, இதுவரை அலி தனது போட்டிகளில் கையாண்ட வழி-முறைகளிலிருந்து மிகப்பெரிய மாற்றத்தை அந்த போட்டியில் பயன்படுத்தினார்.

எப்போதும் நாக்வுட்டுகளை நடத்தும் முகமது அலி, அந்த போட்டி வலை-யத்தை ஒட்டியே நகர்ந்து கொண்டும், போர்மென்னின் குத்துகளை தன்மேல் படாமல் அதை வீணாக்குவதிலும் மிகவும் முனைப்புடன் செயல்பட்டார், 8 வது சுற்றுவரை இது தொடர்ந்ததால், போர்மென் மிகவும் தளர்வுடனும், மிகவும் பலவீனமாகவும் காணப்பட்டார், காரணம் போர்மென்னே 8 வது சுற்றுவரை முகமது அலியை தாக்கிக்கொண்டே இருக்க வேண்டியதாயிற்று.

எப்போதும் முதல் ஆளாக தாக்குதல் நடத்தும் அலி இந்த போட்டியில் தற்-காப்பை பயன்படுத்தினார். தக்க தருணதில் முகமது அலி, போர்மென் முகத்தில் கொடுத்த 5 குத்துகளால் கீழே சாய்ந்து தோல்வியை தழுவினார்.

முகமது அலி வரலாற்று வெற்றி பெற்றார்."

எப்போதும் ஒரே மாதிரியான சிந்தனை செயல் கொண்டே செயல்படுவதை விட்டு, மாற்-றங்களுக்கான தருணங்களைச் சிந்தியுங்கள், அதுவே உங்களை மற்றவர்கள் முன்னிலை-யில் தனித்துவம் மிக்கவராகவும், பல திறமைகளைக் கொண்டவர்களாகவும் காட்டுகின்றது. இதனால் உங்களுடன் ஆர்வமாக மற்றவர்கள் இணைந்து செயல்பட முனைவார்கள், உங்-களின் ஆளுமையும், வெற்றியும் கைத்தேர்ந்து காணப்படும்

18

தனிக் கோட்டை தவிர்த்திடு!

தலைமைப்பண்பில் மிகவும் முக்கியமான பண்பாக கருத்தில் கொள்ள வேண்டிய ஒன்று நம்மை சுற்றி இருப்பவர்களை எவ்வளவு நெருக்கமாக நம்மை நோக்கி வரவழைக்கின்றோம் என்பதாகும். பெரும்பாலான நேரங்களில் இது சாத்தியமற்று போகின்றது. இதற்கு காரணம் நம்முடைய வேலை பழு, சுற்றி நாம் அமைத்து வைத்துள்ள துணையதிகாரிகள் போன்ற‌வைகளாக கூட இருக்கலாம்.

இப்படி நீங்கள் உங்களுக்கென்று சில வேலையாட்கள், சில துணையதிகாரிகள் என்று நம் வட்டத்தை சுருக்கிக் கொண்டோம் என்றால், நம்மால் நம்மிடம் வேலை செய்பவர்களின் உண்மையான மன நிலை, மற்றும் அவர்களின் உண்மையான தேவை போன்றவை உங்க‌ளிடம் நேரடியாக வரமுடியாமல் போய்விடும். அவர்களின் தேவையை உங்களின் நெருக்க‌மான துணையதிகாரிகளே நிறைவேற்ற ஆரம்பித்து விடுவார்கள். அப்போது உங்களை விட உங்களுக்காக வேலை செய்யும் நம்பகமான துணையதிகாரிகளே மற்றவர்களை தங்கள் கட்‌டுப்பாட்டுக்குள் கொண்டு வந்துவிடுகிறனர். இதனால் உங்களின் ஆளுமை மறைக்கப்பட்டு விடுகின்றது.

உங்களுக்கு கீழ் உள்ளவர்கள் சந்திக்க வாய்ப்புகள் கொடுக்கப்படாமல், நீங்கள் நம்‌பிக்கை வைத்து உங்களுடனே இருக்கும் ஒருசிலர் மூலமாகவே அவர்களின் கருத்துக்கள் வந்தடைய வேண்டும் என்று நீங்கள் நினைத்தால், உங்களுக்கு மற்றவர்களின் எண்ணம் என்ன என்றே தெரியாமல் போக வாய்ப்பு உள்ளது.

நீங்கள் அமைத்து வைத்துக் கொண்ட குறுகிய வட்டத்துக்குள் அமர்ந்து கொண்டு, நீங்‌கள் மிகவும் நம்பிக்கை வைத்த ஒரு சிலரை மட்டும் சொல்லும் கருத்துக்களை பயன்படுத்த ஆரம்பித்துவிட்டால், கண்டிப்பாக உங்களின் வளர்ச்சி என்பது கீழ்நோக்கியதாகவே அமை‌யும். காரணம் அவர்கள் என்ன உங்களிடம் சொல்ல நினைக்கின்றனரோ அவை மட்டுமே உங்களிடம் வந்தடையும். இது எப்போதும் சரியான வழியை உங்களுக்கு காட்டாது.

உங்களின் தற்போதைய தலைமை கௌரவத்திற்காக உங்களை சந்திக்க நினைப்பவர்‌களை தடைசெய்தால்..

"உங்களுடன் அல்லது உங்களுக்காக வேலை செய்பவர்களின் கருத்து பரி-மாற்றம் தடைப்படுகின்றது.

உங்களை சுற்றி பின்னப்படும் சதிவேலைகளை அறியமுடியாது.

மற்றவர்களின் எண்ணங்களை அறிந்து கொள்ள முடியாது, ஏனெனில் மற்றவர்களின் கருத்து நேரடியாக வரமுடியாமல் உங்களுக்கு வேண்டியவர்கள் மூலமாகவே வரவேண்டியிருப்பதால், உங்களுக்கு வேண்டியவர்கள் கூட உங்களுக்கு எதிராக கருத்துகளை மற்றவர்கள் சொன்னதாக மாற்றி உங்களுக்கு தெரிவிக்கலாம்.

எல்லோரும் அறிந்திருக்கும் ஒரு சாதாரண நிகழ்வு கூட உங்களுக்கு தெரியவராமல் போய்விடலாம்.

எப்போதும் உங்களை நோக்கி வரவேண்டிய கருத்துகளை நீங்களே கேட்டு அறியும் படி உங்களுக்கு கீழ் இருப்பவர்களுக்கு வாய்ப்புக் கொடுங்கள், அதற்கு மாறாக கருத்துக்கள் இன்னொருவர் மூலம் வரும்படி வடிவமைக்காதீர்கள், இது உங்களை சுற்றி நடக்கும் தீய செயல்களை உங்களுக்கு வந்தடையாமல் செய்து விடும்."

நீங்கள் ஒவ்வொருமுறை மேலே வளரும் போது உங்களின் தொடர்பை விசாலப்படுத்திக் கொள்ளுங்கள். மாறாக குறுகிய வட்டத்துக்குள் வரவேண்டாம். நீங்கள் ஒவ்வொருபடியாக மேலே வரும் போது நீங்கள் சந்தித்த நபர்களை எப்போதும் உங்களின் பார்வையில் இருந்து விலக்காதீர்.

உங்களை தேடிவரும் செய்திகளை நீங்களே கேட்டு கொள்ள தயாராக இருங்கள், உங்களின் செயல்கள் அனைத்தும் உங்களின் தலைமையில் நடப்பதை உறுதிப்படுத்துங்கள். எப்போதும் உங்களுக்கென்று ஒரு கோட்டை கட்டி அதில் தனிமையில் அமராதீர். அது உங்களை தொலைத்துவிடும்.

உங்களுக்கு கீழ் வேலை செய்பவர்களில் மிகவும் நெருக்கமானவர் யார் என்பதை எப்போதும் நீங்கள் மற்றவர்களின் முன்னிலையில் காட்டிக் கொள்ள வேண்டாம். அதைப்போலவே உங்களுக்கு நெருக்கமானவர்கள் என்ற தோற்றம் காணப்பட்டாலும், அதை களைய முற்படுங்கள். அப்போதுதான் உங்களுக்கு எல்லோரும் நேரடிக் கருத்து பறிமாற்றத்திற்கு வருவர். இல்லை என்றால் உங்களின் இடத்திற்கு நீங்களே வேறு ஆள் அமைத்தது போல ஆகிவிடும்.

எப்போதும் தலைமைப்பொறுப்பில் இருக்கும் நீங்கள் ஒருவருக்கு ஆதரவாக செயல்படுகின்றீர்கள் என்ற தோற்றம் தரக்கூடிய செய்திகளையும், செயல்களையும் செய்யாதீர்கள். நடுநிலையை எப்போதும் கடைபிடியுங்கள். அப்படி இல்லாமல் நீங்கள் ஒருவருக்காக எப்போதும் பரிந்து பேசுகின்றீர்கள் என்றால், அவர்கள் உங்களின் ஆதரவாளர் என காட்டிக் கொண்டு, உங்கள் கீழ் வேலை செய்பவர்களிடம், நீங்கள் சொல்லாத கருத்தை கூட உங்களின் கருத்தாக சொல்லி உங்களின் நற்பெயரை கெடுக்கக் கூடும்.

எப்போதும் நீங்கள் சொல்லவேண்டியதை நீங்களே சொல்லுங்கள், அது உங்களை சக்தி கொண்டவராகவும் உங்களின் வார்த்தைகளை ஆணைகளாகவும் மாற்றும் தன்மைக்கொண்-டது.

எப்போதும் நீங்கள் சொல்லவேண்டியதை நீங்களே சொல்லுங்கள், அது உங்களை சக்தி கொண்டவராகவும் உங்களின் வார்த்தைகளை ஆணைகளாகவும் மாற்றும் தன்மைக்கொண்-டது.

19

எதிரி அறி!

மிகவும் வலிமைவாய்ந்த வேடன் ஒருவன் வேட்டையாட காட்டு வழியே சென்றுக் கொண்-டிருந்தான். அவன் அப்போது இரண்டு கால் தடங்கள் வெவ்வேறு திசைகளில் செல்வதை கண்டான். ஒன்று மானின் கால் தடம், மற்றொன்று புலியின் கால் தடம். வேடன் தன் வாழ் நாளில் புலியை வேட்டையாடவே வாய்ப்பு கிடைக்கவே இல்லை என்று எண்ணி புலியை வேட்டையாடுவது என முடிவெடுத்து புலியின் கால் தடங்களை பின் தொடர்ந்தான். மிக நெடிய பின் தொடர்தலுக்கு பின் அவன் ஒரு குகையை அடைந்தான். அங்கு புலியை காணவில்லை, கண்டிப்பாக குகைக்குள் தான் இருக்கும் என எண்ணி மிகவும் கவனத்துடன் குகைக்குள் கையில் இருந்த வில்லில் அம்பை தொடுத்துக் கொண்டே உள்ளே சென்றான்.

அப்போது வேடன் வருவதை கவனித்த புலி சிலிர்த்து எழுந்து கர்ஜித்தது. அப்போது-தான் வேடன் கவனித்தான் உள்ளே பல புலிகள் இருப்பதை. பின்னர் வேடனுக்கு நடத்-தது என்ன என்று நாம் நன்கு அறிவோம். இப்படிதான் பலர் தன்னை ஒரு வேடன் என நினைத்து கொண்டு எல்லோரையும் அடக்கியாள நினைத்து, அவர்களை எதிர்த்து, வேடனை போல நிலை குலைந்துப் போகின்றனர்.

உங்களின் ஆளுமை என்ன? என்று, உங்களுக்கு தெரியும். மற்றவர்களை நன்கு அறி-யாமல், அவர்களின் குணம் என்ன? அவர்களுக்கு எந்த அளவு பின்புலம் இருக்கின்-றது,அவர்களை நாம் எதிர்க்கும் போது அவர்களின் அணுகுமுறை எப்படி இருக்கும், என எதையும் ஆராயாமல் ஒருவரை பகைத்து கொள்வது என்பது மிகவும் ஆபத்தான முடிவா-கின்றது.

மனிதர்கள் பல நிறங்களில் இருக்கும் வானவில் போன்றவர்கள். பார்க்கும் பார்வையினை பொறுத்து அவர்களின் செயல்கள் மாறுப்படுகின்றது. தனக்கான லாபத்தை கருத்தில் கொண்டு செயலாற்றும் ஒவ்வொரு தருணமும் அவனுக்கான செயல்திட்டங்கள் மாறுப்படு-கின்றது. அப்படி மாறுபட்ட திட்டங்களினால் பல நேரங்களில் மற்றவர்களுக்கு சங்கடங்-களையும், அவனுக்கு தோல்வியினையும் தருகின்றது.

இப்படிபட்ட சூழ்நிலையில் நாம் எப்படி மனிதர்களை அடையாளம் கண்டு அவர்களை வீழ்த்த முற்படுவது என்பதற்கு முன்னர், அவர்களை பற்றி அறிந்துக் கொள்வது சால சிறந்-தது.

"*மிகவும் கர்வம் மற்றும் திமிர் பிடித்தவர்கள்:* இவர்கள் பொதுவாக எல்லா நிகழ்வுகளுக்கும் அதிகப்படியான பெருமை மற்றும் எளிதில் உணர்ச்சி வசப்பட கூடியவர்களாக இருப்பர். இவர்களை நீங்கள் புரிந்துக் கொள்ள அதிகம் நேரம் செலவிட வேண்டியதில்லை. எப்படி என்றாலும் இவர்கள் தங்களின் குணத்தை மாற்றமாட்டார்கள். மேலும் அவர்களை நீங்கள் எப்போதும் வீழ்த்த எண்ண வேண்டாம். அவர்களின் குணமே அவர்களை வீழ்ச்சிக்கு கொண்டுசெல்லும். காரணம் அவர்கள் எளிதில் உணர்ச்சிவசப் படக்கூடியவர் என்பதால் வன்-முறை அதிகமாக அவர்களிடம் காணப்படும். நீங்கள் அவர்களை தீண்டிவிட்-டால் அதிக ஆபத்து உங்களுக்கு தான்.

மிகவும் நம்பிக்கையற்ற மற்றும் பாதுகாப்பு இல்லாதவர்கள்: இவர்களும் எப்-போதும் மிகவும் வன்மம் நிறைந்தவர்களாகவும், பொறாமை மிக்கவர்களாகவும் இருப்பர். ஆனால் வன்முறைகளை தவிர்ப்பர். இருந்தாலும் இவர்களும் ஆபத்-தானவர்கள். இவர்களை எளிதில் வீழ்த்திவிடலாம் ஆனால் உங்களால் தோற்-கடிக்கப்பட்டதை அவர்கள் வாழ்நாள் முழுவதும் மறக்க மாட்டார்கள். எப்போது அவர்களால் முடியுமோ அப்போது தவறாமல் உங்களை வீழ்த்த நினைப்பர். முடிந்தவரை இவர்களிடமிருந்து தள்ளி இருப்பது நல்லது.

*மிகவும் சந்தேகம் கொண்டவர்கள்:*இவர்களை எளிதில் உங்களுக்கு விருப்-பமானபடி மாற்றிக் கொள்ளலாம். இவர்களை எளிதில் உங்களின் எதிரிகளை பழிவாங்க உபயோகிக்கலாம். இருந்தாலும் இவர்களை யார் வேண்டுமானாலும் எளிதில் மாற்றிவிடலாம் என்பதால் இவர்களை எப்போதும் நம் பார்வையிலேயே வைத்திருப்பதோடு, நேரம் செலவிட வேண்டியிருக்கும், கவனமாக இவர்களை கையாளுங்கள்.

*பழிவாங்க காத்திருக்கும் பாம்புகள்:*இவர்களை அடையாளம் காண்பது மிக-வும் கடினம்.ஏனெனில் இவர்கள் எப்போதும் மிக கனிவாக பேசக் கூடியவர்-களாகவே காட்சியளிப்பர். வஞ்சகமும், தந்திரமும் நிறைந்தவர்கள் இவர்கள். இவர்களுக்கு நீங்கள் தீங்கு இழைத்துவிட்டீர்கள் என்று தெரித்தால், தங்களின் வாழ்நாளில் எப்போது வேண்டுமென்றாலும் திரும்ப வந்து பாம்பை போல தாக்க முற்படும் மனநிலை கொண்டவர்கள். இவர்களை முழுவதுமாக அழிக்காமல் விட்டுவிடுவது என்பது மிகவும் ஆபத்தானது. முடிந்தவரை இவர்களை பகைக்-காமல் இருப்பது நல்லது.

*முட்டாளின் முழு உருவம்:*இவர்களுக்காக நீங்கள் உங்கள் நேரத்தை வீண-டிக்க வேண்டியதில்லை. இவர்களை நீங்கள் உங்களின் சிறு செயல் மூலமே அடையாளம் காணமுடியும். இப்படிப்பட்ட முட்டாள்களுடன் தர்கத்தில் ஈடுபடு-வதை விட்டு, நம் வேலையினை திறம்பட செய்யலாம். இவர்கள் எப்போதும் உங்களின் எதிரிகளாக முடியாதவர்கள்.*"

உங்கள் எதிரியை தீர்மானிப்பதிலும் அளவிடுவதிலும், உங்கள் உள்ளுணர்வுகளை ஒருபோ-தும் நம்பாதீர்கள். இதுபோன்ற தவறான குறிகாட்டிகளை நீங்கள் நம்பினால், நீங்கள் மிகப் பெரிய தவறுகளைச் செய்வீர்கள். அவர்களை பற்றிய சரியான ஆதாரங்களை கருத்தில் கொண்டு மட்டுமே உங்களின் எதிரிகளை தீர்மானியுங்கள். நம் எதிரியே நம் பலம் என்பதை எப்போதும் மறக்காதீர்கள்.

20

தனிமையே தனித்தன்மை!

நீங்கள் எந்த குழுவிற்காக உங்களை சார்புடையவராக மாற்றி கொள்கின்றீர்களோ, அந்த குழுவிற்கான நன்பகத்தன்மைக்காக நீங்கள் உங்களின் செயல்பாடுகளை செய்ய வேண்டியிருக்கின்றது. இது உங்களின் தனித்தன்மையை இழக்க செய்து ஒரு குழுவின் கட்டுப்பாடுகளுக்குள் உட்படுத்துகின்றது. அவர்களின் அர்த்தமற்ற செயல்கள் மற்றும் நேர்மையற்ற செயல்களுக்கு துணையாகவும், குழுவில் இல்லாத மற்ற நபர்களுக்கு உங்களுக்கு விருப்பம் இல்லாவிட்டாலும் நீங்கள் அவர்களை எதிர்க்க வேண்டியிருக்கும்.

இப்படி ஒருபக்கம் சார்ந்து உங்களின் நடத்தையை தொடராமல், மிகவும் நேர்மையான செயல்கள் நடைபெறும் இடங்களில் எல்லாம் உங்களின் ஆழமான கருத்துகளை அவர்களின் சார்பாக பரிந்துரையுங்கள். ஆனால் அவர்களை சார்ந்திருக்காதீர்கள். எப்போதும் நடுநிலைமையுடன் செயல்படும் போது எந்த ஒரு குழுவிற்கும் நீங்கள் துணைபோக வேண்டியதில்லை. மாறாக நீங்கள் மிகவும் பலம் வாய்ந்தவராக எல்லோராலும் அறியப்படுகின்றீர்கள்.

எப்போதும் இருக்கும் இடத்தில் உள்ளவர்களின் உந்துதலினால், அங்கிருக்கும் ஒருவருக்கெதிராகவோ, இல்லை ஒரு குழுவிற்கெதிராகவோ காரியங்களை செய்யாதிருங்கள். உங்களிடம் வரும் அனைத்து செய்திகளின் நன்பகத்தன்மை மற்றும் நோக்கம் என்ன என்பதை ஆராயுங்கள். மற்றவர்களின் விருப்பத்திற்காக உங்களின் நற்பெயரை கெடுக்கும் செயல்களை செய்யாதிருப்பதே குழுவில் தனித்திருக்கும் தந்திரமாகும்.

நேர்மையான செயல்கள், யாருக்கும் தீமை தராத பேச்சு, யாருடனும் சார்ந்திடாத எண்ணம், எல்லோர் மனதிலும் மிக நெருக்கமான நண்பனாக இடம்பிடித்தல் போன்றவை, குழு செயல்பாடுகளில் நாம் செயல்படுத்த வேண்டிய அணுகுமுறையாகும்.

"எப்போதும் குழுவாக செயல்படும் போது, அங்கு கிடைக்கப்பெறும் பரிசுகள், உங்களின் கடமையை சரியாக செய்ய ஊக்கப்படுத்துவதற்கு மட்டுமே, அதைத் தவிர அதை தருபவர்களின் எண்ணத்தின் கைப்பாவையாக செயல்பட அல்ல.

நேர்மை என்ற ஆயுதம் எப்போதும் உங்களின் மிகச்சிறந்த அறிவுடன் இணைந்து செயல்பட வேண்டுமே தவிர, தனியாக நேர்மை, அதை பயன்படுத்

துவோருக்கே ஆபத்தை ஏற்படுத்தும்.''

மகிழ்ச்சியாக இருங்கள், மிகவும் பயனுள்ளவராக மற்றவர்களை எண்ண வையுங்கள், மிகசிறந்த அறிவாற்றல் மிக்கவராக நடந்துக்கொள்ளுங்கள்.

கூட்டத்தில் ஒருவனாக இருப்பது என்பது கத்திமேல் நடப்பதை போன்றது. இருந்தாலும் இதுவே உங்களின் தனித்தன்மையை பிரதிப்பலிக்கும் கண்ணாடியாகும்.

மாவீரன் அலெக்சாண்டர் ஒரு முறை முப்பத்தி ஐயாயிரம் படைவீரர்களோடு பாரசீக நாட்டின் மேல் படையெடுத்தார். ஆனால் பாரசீக நாட்டில் உள்ள படை வீரர்கள் இதைவிட அதிகம். அதனால் படைகளோடு சிட்னிஸ் நதிக்கரையில் தங்கினார். அங்கே இருந்து நதியைக் கடந்து போய் எப்படி எப்படி தாக்கி நாட்டை கைப்பற்றுவது என்று தன் தளபதிகளோடு திட்டம் தீட்டிக்கொண்டிருந்தார்.

அந்த சமயத்தில் அலெக்சாண்டருக்கு உடல் நிலை சரியில்லாமல் போனது. அவர்கூட வந்த கிரேக்க வைத்தியர்கள் அவரை சோதித்து பார்த்ததில் அது விசித்திரமான காய்ச்சலா இருந்தது. கிரேக்க நாட்டுச் சூழ்நிலை, பாரசீக நாட்டுச் சூழ்நிலை போல இல்லை. அதனால் இந்தக் காய்ச்சலுக்கு நம்மால் சரியான மருந்து தயாரிக்க முடியாது. பாரசீகத்து அரண்மனை வைத்தியர் வந்து மருந்து தந்தால் மட்டுமே இது குணமாகும் என்று சொல்லிவிட்டனர். ஆனால் தளபதி இதை ஏற்க மறுத்தார். பாரசீக வைத்தியரால் அலெக்சாண்டர் உயிருக்கு ஏதும் ஆபத்து வந்துவிடுமோ என்று பயந்து பாரசீக வைத்தியர் வேண்டாம் என்று எல்லோரும் சொன்னார்கள்.

தளபதிகளிடம் பாரசீகத்து அரண்மனை வைத்தியரை எப்படியாவது அழைத்து வர ஏற்பாடு செய்யும்படியும், அப்படியே ஒற்றர்களை அனுப்பி உளவு பார்க்கவும் சொன்னார்.

பாரசீக வைத்தியரைத் தேடிக் கண்டு பிடித்து அழைத்து வந்தார்கள். அவர் அலெக்சாண்டரைச் சோதித்து, இது இப்போது பாரசீகத்தில் வந்திருக்கின்ற காய்ச்சல்தான். அதற்கான மருந்தைத் தயார் செய்து நாளைக்குக் காலையில் கொண்டு வந்து தருவதாக சொல்லிவிட்டு சென்றார்.

மறு நாள் விடிந்தது. பாரசீக வைத்தியர் வருவாரென்று எல்லாரும் காத்துக்கொண்டிருந்தனர். அப்போது கிரேக்கத்து ஒற்றனிடமிருந்து ஒரு கடிதம் வந்தது. அதில் "மாமன்னர் அலெக்சாண்டருக்கு வணக்கம். பாரசீக அரண்மனை வைத்தியர் தங்களுக்காக தயாரித்துக் கொண்டு வரும் மருந்தில் விஷம் கலந்திருக்கிறது. ஆகவே அதைக் குடிக்க வேண்டாம்." கடிதத்தைப் படித்து முடிக்கும்போது பாரசீக வைத்தியர் மருந்துடன் வந்து நின்னார்.

அலெக்சாண்டர் தளபதியிடம் "இதோ! வைத்தியர் வந்துவிட்டார். தளபதியாரே அந்தக் கடிதத்தை அவரிடம் கொடுங்கள். வைத்தியரே மருந்தை நீங்கள் என்னிடம் கொடுங்கள்" என்று சொல்லி மருந்தை வாங்கி அலெக்சாண்டர் குடித்தார். பாரசீக வைத்தியர் கடிதத்தைப் படிக்கின்றார். எல்லாரும் அலெக்சாண்டரை ஆச்சரியமா பார்த்துக்கொண்டிருந்தனர். பாரசீக வைத்தியர் "என்மேல் உங்களுக்கு இவ்வளவு நம்பிக்கையா"ன்னு கேட்டார்.

"இந்த மருந்தால் இந்த நோய் குணமாகும் என்று நம்பித்தானே எனக்கு மருந்து கொடுத்தீர்கள். அதே நம்பிக்கையில் தான் நானும் குடித்தேன். நீங்கள் எனக்கு விஷத்தை கொடுத்திருந்தாலும் பிரச்சினை இல்லை. 'நம்பிக் கெட்டான் அலெக்சாண்டர்' என்று இந்த

உலகம் ஒரு பாடத்தைக் கற்றிருக்கும். நீங்கள் உயிர் காக்கும் தொழில் செய்பவர். அப்படிப்-
பட்ட நீர் என்னை நிச்சயம் காப்பாற்றுவீர் என்று எனக்கு நன்றாகத் தெரியும். மனிதர்கள்
ஒருவரை ஒருவர் நம்புவது எவ்வளவு அவசியம் என்பதை நாம் இருவரும் இந்த உலகத்-
துக்கு இப்போது காட்டியிருக்கிறோம்'' என்றார் அலெக்சாண்டர்.

அதன்பிறகு உடல் நலம் தேறி பாரசீக நாட்டை வென்றார் மாவீரன் அலெக்சாண்டர்.

இதில் நாம் அறிந்துக் கொள்ள வேண்டிய ஆளுமை மற்றும் தலைமைப்பண்பு என்ன
என்றால்? கொண்டுவந்த மருந்தில் விசம் இருக்கின்றது என்றாலும், அதைக் கொண்டு வந்த
வைத்தியரை தண்டிக்க முடியாது. அவரை பகைத்துக் கொண்டால் மருந்தும் கிடைக்காது.

தன்னுடைய தலைமைப்பண்பின் அடையாளமாக அவர் கூறிய வார்த்தைகள், தீங்கு
செய்ய வந்த வைத்தியரின் உயிருக்கும் ஆபத்தை விலைவிக்காமல், தன்னையும் காத்துக்-
கொள்ளவும் செய்தது. இப்படிப்பட்ட தனித்தன்மையான முடிவுகளே நம்மை மேன்படுத்தும்.

யார் தலைவன்?

எல்லோரிடமும் கலகலப்பாகப் பேசி, சிறந்த பேச்சாற்றலோடு இருப்பவர்களெல்லாம் மனிதத் தொடர்பு அறிவுத்திறன் கொண்டவர்கள் அல்ல. மேலோட்டமாகப் பார்க்கும்போது இவர்களுடைய பலம் பேச்சுத் திறன் எனத் தோன்றும். ஆனால் இவர்களுடைய உண்மையான பலம் பேசுவதில் அல்ல கேட்பதில் இருக்கிறது. பிறர் சொல்வதைக் கவனித்து, அவர்களுடைய குரலுக்குச் செவிமடுத்து பின்பு எதிர்வினை ஆற்றுவதே இவர்களுடைய தனிச் சிறப்பு. இவர்களால் மற்றவர்களுடைய உணர்வை நன்றாகப் புரிந்து கொள்ள முடியும்.

அடுத்தவருடைய பிரச்சினைக்கு வெறுமனே அனுதாபப்படாமல் அவர்களுடைய நிலையில் தன்னைப் பொருத்திப் பார்த்து பிரச்சினையை அணுகுவார்கள். தன்னுடைய அகங்காரத்தை விட்டுக்கொடுத்துக்கூட உறவில் பிணைப்பை ஏற்படுத்த கடும் பிரயத்தனம் செய்வார்கள். அதிகாரத்தின் மூலம் பிறரைத் தம் கட்டுப்பாட்டுக்குள் கொண்டுவர முயலமாட்டார்கள். அனைவருக்கும் ஒத்துழைப்பு நல்குவார்கள். புதிய சூழலில், பலவிதமான மனிதர்களோடு உற்சாகமாக இணைந்துச் செயல்படுவார்கள். கூட்டு முயற்சியில் ஈடுபட விரும்புவார்கள், அதிலும் தனித்துக்காணப்படுவர். இவர்களுடைய அணுகுமுறை நல்ல தலைமைப்பண்பை வெளிப்படுத்தும்.

> *"நீ போகலாம் என்பவன் எஜமான்.*
>
> *வா! போகலாம் என்பவன் தலைவன்.*
>
> *நீ எஜமானா? தலைவனா?"*

இன்னும் காணலாம் உங்களின் எண்ணங்களை வண்ணங்களாக... அடுத்த பாகத்தில்...

நூலாசிரியர்

கணினி ஆய்வியல் நிறைஞரான திரு. அ. தொட்டராயசுவாமி M.C.A., M.Phil., B.Ed., தமிழ்மீதான மீளாதப் பற்றால் 2003 முதல் இன்று வரை தன் கவிதைகளாலும், தன்னம்பிக்கை வரிகளாலும் வாசகர்களை தன் வசம் வைத்திருக்கும் கணினியியல் ஆசிரியர் ஆவார்.

இவருடைய தமிழ் மீதான ஆர்வத்திற்கு காரணமாக இருந்தவர் தந்தை-யார் திரு. பொ. அழகிரிசுவாமி முன்னாள் இராணுவ வீரராவார்(எண் 24 வீரபாண்டி), ஆரம்ப கால கவிதைகளின் வாசகர்களில் ஒருவராக இருந்த-வர் இவருடைய அன்னையார். திருமதி. கொண்டம்மாள் ஆவார்.

2004ல் தன் முதல் பேராசிரியர் பணியை தான் படித்த ஸ்ரீ இராமலிங்க சௌடாம்பிகை கலை மற்றும் அறிவியல் கல்லூரியிலேயே (ஓனாபாளையம்) தொடங்கினார். மாணவர்கள் மத்தியில் இவரின் தன்னம்பிக்கை கவிதைகள் மிக பிரபலமாக இருந்தது. தமிழ் வலைத்தளங்களில் தொடர்ந்து கவிதைகள் கட்டுரைகள் போன்றவற்றை "விடங்கன்" என்ற புனைப்பெயரில் எழுதி வந்-தார்.

தமிழ்மணம் இணையத்தளதின் 2005 & 2006 ம் ஆண்டிற்கான சிறந்த 100 வலைத்தளங்களில் இவரது வலைத்தளமும் இடம் பெற்றது குறிப்பி-டத்தக்கது. மேலும் தேன்கூடு, தமிழ்மன்றம் போன்ற இணையத்தளங்களிலும் இவரது கவிதைகள் இணைய வாசகர்களால் விரும்பி படிக்கப்பட்டது.

எழுத்து.காம் இணையத்தளத்தில் இவரது கவிதைகள் இன்றும் இரசிக்கப் பட்டுவருகின்றது. இவரது இணையக்கவிதைகள் ஊரெல்லாம் உன் தூரல், குடைக்குள் மழை, சாம்பல் நிறத்து தேவதை என தலைப்பிட்டு தொகுக்கப்-பட்டுள்ளது.

2006 முதல் 2011 வரை ஜோதிபுரம் பயனீர் கலை மற்றும் அறிவியல் கல்லூரியில் கணினித்துறையில் பேராசிரியராக பணியாற்றினார். ஒன்றி-ணைந்த கல்லூரி மற்றும் பள்ளி மாணவர்களுக்கான புத்தாக்கப் பயிற்சி, செயல் விளக்க சொற்பொழிவுகள் போன்ற திறன் மேன்பாட்டு வழிமுறை-களை திறம்பட நடத்துவதில் திறமை மிக்கவராக இருந்தார்.

பின்னர், எண் .4 வீரபாண்டி, விவேகம் பதின்மப் பள்ளியில், கணினியி-யல் ஆசிரியராக தன் பணியை தொடர்கின்றார். எழுச்சி பொங்கும் கவிதை, பேச்சு, அறிவியல் மற்றும் கணினிச் சார்ந்த கருத்தரங்குகளை பள்ளியிலும், சுற்றியுள்ள கல்லூரிகளிலும் திறமையான வண்ணம் நடத்தி வருகின்றார்.

இவரது சேவையைப் பாராட்டி 2017ல் ஜான்சன்ஸ் தொழில்நுட்ப கல்-லூரி, கோவை, நடத்திய 25அம் NCSC ல், சிறந்த ஆசிரியருக்கான விருது வழங்கப்பட்டது. மேலும் நேரு கல்வி நிறுவனம் மற்றும் அறக்கட்டளை, குனியமுத்தூர், 2018ல் சிறந்த ஆசிரியருக்கான விருதை வழங்கி கௌர-

வித்தது. மாணவர்களுக்கு பயன்படும் விதமாக இவரது திறன் மேன்பாட்டு சொற்பொழிவுகள் யூடூப் சேனல் alphabetacodeல் பதிவேற்றப்பட்டு மிகுந்த வரவேற்பு அடைந்தது.

அனைத்துவித பரிமாணத்திற்கும் உறுதுணையாக இவரின் துணைவியார் கல்வியில் இளநிலைப் பட்டதாரி (கணினி) ஆசிரியர் திருமதி. த. பூர்ணிமா M.A (Hindi) இருந்துவருகின்றார். இவரின் முந்தைய படைப்புகளான சாம்பல் நிறத்து தேவதை மற்றும் வானம் தாண்டியும் வெற்றி வாசகர் மத்தி-யில் பிரபலமான நூல்களாகும்.

பிற படைப்புகள்

QR CODE -யை scan செய்து என்னுடைய வலைப்பக்கத்திற்கு செல்லலாம்.

அல்லது https://a-thottarayaswamy.blogspot.com/ என்ற வலை முகவரிக்கு செல்லலாம்.

பிற படைப்புகள்:

1. சாம்பல் நிறத்து தேவதை
2. வானம் தாண்டியும் வெற்றி

கருத்துகள் மற்றும் பின்னோட்டங்களை அனுப்ப மின்னஞ்சல் :
thottarayaswamy@gmail.com